മുരളീ മോഹനൻ.കെ.വി

1967ൽ ആഗസ്റ്റ് 5ന് കണ്ണൂർ ജില്ലയിലെ ചിറക്കലിൽ ജനനം
പിതാവ്: കെ. വി. ഗോവിന്ദൻ, മാതാവ്: കെ. പി.സാവിത്രി.
ഇംഗ്ലീഷ് സാഹിത്യത്തിൽ ബിരുദാനന്തര ബിരുദവും എം.ബി.എ. പഠനവും പൂർത്തിയാക്കിയ ശേഷം ബഹ്റൈനിലും ദുബായിലുമായി ജോലി.
രചനകൾ: യക്ഷി, അതിജീവനം (ചെറുകഥകൾ), മോക്ഷമാർഗ്ഗത്തിലേക്ക് ഇനിയെത്ര ദൂരം (നോവൽ)

ഭാര്യ : ബീന മുരളി
മകൾ : ഡോ. പാർവ്വതി മുരളി
വിലാസം : 'മണിദ്വീപം', പുഴാതി, പി.ഒ. ചിറക്കൽ, കണ്ണൂർ-670011.
ഫോൺ : 9489918203

Malayalam Language
Kathivannoor Veeran
Daivavum Kanaladiyum
(Fiction)
by
Murali Mohanan K V

♦

Published in September 2022
Second Impression May 2023
by Kairali Books Private Limited
Thalikkavu Road, Kannur.
Ph : 0497-2761200
E-Mail : kairalibooksknr@gmail.com

♦

Illustrations
Smitha K.E

♦

Cover Photo
Biju Neelankol Pattuvam

♦

Cover Design
Prasanth Mangad

♦

Printed at
Printing Park, Tly.

25/22-23/Sl.No.1330/300/NS 18.6
ISBN 978-93-49727-80-9

കതിവന്നൂർ വീരൻ

ദൈവവും കനലാടിയും

മുരളീ മോഹനൻ.കെ.വി

കൈരളി ബുക്സ്

സമർപ്പണം

അകാലത്തിൽ അനശ്വരതയിൽ ലയിച്ച
ദൈവതുല്യനായി കാണുന്ന എന്റെ പ്രിയപ്പെട്ട
ശ്രീധരേട്ടനും (കെ. പി. ശ്രീധരൻ നമ്പ്യാർ)
പിന്നെ ആളുയരം ഉയർന്നു കത്തുന്ന മേലേരിയെ
നെഞ്ചിലേക്കാവാഹിച്ച് ജീവിതം ഹോമിച്ച
അസംഖ്യം കനലാടിമാർക്കും...

മുഖവുര

സ്നേഹാദരങ്ങളോടെ

ഭക്തിയുടേയും ആസ്വാദനത്തിന്റേയും മുകളിൽ തെയ്യത്തെ ഗൗരവമായൊരു പാഠ്യവിഷയമായി കാണാൻ തുടങ്ങിയ കാലം മുതൽ കതിവനൂർ വീരൻ എന്ന മന്ദപ്പന്റെ പുരാവൃത്തം മനസ്സിൽ ആഴത്തിൽ പതിഞ്ഞിരുന്നു. സംഘർഷ സങ്കീർണ്ണ ഭാവരൂപങ്ങൾ പരിഭ്രാന്തമാക്കുന്ന കതിവനൂർവീരൻ ദൈവത്തിന്റെ തോറ്റംപാട്ടുകളും കലാശങ്ങളും മൂന്നര പതിറ്റാണ്ടുകളെങ്കിലും മനസ്സിൽ നിറഞ്ഞാടിയതിനു ശേഷമാണ് എഴുത്തിലേക്ക് തിരിഞ്ഞത്. അതിനു പ്രധാന പ്രേരണയായതാകട്ടെ ആത്മഹർഷങ്ങളായ സൗഹൃദവും.

ഒരുപക്ഷെ മലയാളത്തിലെ ആദ്യകാല സഞ്ചാരസാഹിത്യങ്ങളിൽ മുൻനിരയിൽതന്നെ കതിവനൂർ വീരന്റെ തോറ്റംപാട്ടുകളുണ്ടായിരിക്കും. ദൈവക്കരുവായി പുനർജ്ജനി നേടിയ യോദ്ധാവിന്റെ ചരിത്രം മാത്രമല്ല മന്ദപ്പന്റേത്, മറിച്ച് പ്രണയത്തെ യഥാർത്ഥത്തിൽ അനശ്വരമാക്കിയ ആദ്യ കാമുകന്റേതും കൂടിയാണ്. തന്റെ വീര ബലിദാനത്തിന് ശേഷവും പ്രണയിനിയെ തന്നോടൊപ്പം അനശ്വരതയുടെ മായാപ്രപഞ്ചത്തിലേക്ക് മന്ദപ്പൻ കൊണ്ടുപോയതിലൂടെ നശ്വരലോകത്ത് അവസാനിക്കാത്ത ആത്മാക്കളുടെ ലയനമാണ് പ്രണയമെന്ന് സർഗ്ഗലോകത്തിന് കാട്ടിത്തരികയായിരുന്നു. ദാമ്പത്യം, സ്വാർഥത, പ്രണയം, സ്വാർഥതയിലേക്ക് ഒഴുകിയെത്തുന്ന പ്രണയത്തിന്റെ കാണാപ്പുറങ്ങൾ, യുദ്ധം, കച്ചവടം, കൃഷി, ഭക്തി, വാത്സല്യം തുടങ്ങി സമ്മിശ്രങ്ങളായ വിഷയങ്ങളാണ് മന്ദപ്പന്റെ ജീവിതത്തെ സംഘർഷഭരിതമാക്കുന്നത്. കേവലം ഒരു ദൈവം (തെയ്യം) എന്നതിനപ്പുറം സാധാരണക്കാരനായ ഒരു മനുഷ്യൻ തന്റെ കഴിവും കഠിനാധ്വാനവും കൊണ്ട് ദൈവപരിണാമത്തിലേക്കുയർന്ന ഐതിഹാസികമായ ചരിത്രം കൂടിയാണത്. മന്ദപ്പനോളം തന്നെയോ ഒരുപക്ഷെ അതിനും മുകളിലോ ആണ് 'ആരാന്ണ്ടോ എടപ്പെരുവഴിക്ക് തണ്ണീർ വച്ചിട്ട്' എന്ന് ദാഹജലം ചോദിച്ച മന്ദപ്പനോട് പറയുന്ന കുലീനയായ ചെമ്മരത്തിയുടെ കഥയും.

ധീരയായ കുടുംബിനി, പ്രണയവിവശയാകുന്ന കാമുകി, സ്വധർമ്മം മറന്ന് വീടിനകത്ത് ചുമ്മാതെയിരുന്ന മന്ദപ്പന് വീണ്ടും കച്ചവടം ചെയ്യാൻ

പ്രേരണ കൊടുത്ത ഗൃഹസ്ഥ, എവിടെയോ അന്തിയുറങ്ങി വീട്ടിലെത്തിയ മന്ദപ്പനോട് മനസ്സിൽ ഉയർന്ന സംശയവും പരിഭവവും ഒളിച്ചുവെക്കാതെ നിരത്തിയ വീട്ടമ്മ, പടനിലത്തിലെ ദുരന്തവാർത്തയറിഞ്ഞപ്പോൾ ഓടിയെത്തുന്ന സ്നേഹനിധിയായ ഭാര്യ ഇങ്ങനെ ഒരുപാട് ഗുണങ്ങൾ ഉണ്ടായിരുന്ന ചെമ്മരത്തിയുടെ പരിഭവങ്ങൾ പലപ്പോഴും തെറ്റിദ്ധാരണാജനകമായി ഇതരസ്വരൂപങ്ങളിലെ തോറ്റംപാട്ടുകളിൽ പരാമർശിക്കുന്നുണ്ട്. എന്നാൽ അതൊക്കെയും പ്രണയത്തിന്റെ സ്വാർഥതയും കുടുംബിനിയുടെ കരുതലുമാണെന്ന യാഥാർത്ഥ്യത്തിലേക്ക് വായനക്കാരെ നയിക്കാൻ എളിയൊരു ശ്രമം നടത്താനും ശ്രമിച്ചിട്ടുണ്ട്.

കുടുംബജീവിതത്തിലെ തീരാപ്രശ്നങ്ങളാകുന്ന മഹാമേലേരിയിൽ ജീവിതം ഹോമിക്കുന്ന കനലാടിമാരുടെ ജീവിതങ്ങളും പലപ്പോഴും എന്നെ അസ്വസ്ഥമാക്കിയിരുന്നു. തിരുമുടി ശിരസ്സിലേറ്റി മാലോകർക്ക് 'ഗുണം' വരുവാൻ അനുഗ്രഹിക്കുമ്പോൾ ഉള്ളം വേവുന്ന കനലാടിമാരുടെ ജീവിതയാഥാർത്ഥ്യങ്ങൾ അധികമാരും അറിയാറില്ല. കളിയാട്ടം നടക്കുന്ന കാവുകളിലും പള്ളിയറകളിലും കണ്ടു പരിചയിച്ച നിരവധി കനലാടിമാരുടെ പ്രതീകമാണ് ഈ നോവലിലെ കുഞ്ഞൂട്ടി പെരുവണ്ണാൻ.

കതിവനൂർ വീരൻ ദൈവമായി മാറിയ മന്ദപ്പന്റെയും കനലാടിയായ കുഞ്ഞൂട്ടി പെരുവണ്ണാന്റെയും കഥ വായനക്കാർക്ക് മുന്നിൽ സമർപ്പിക്കുമ്പോൾ ഈ നോവൽ രചനയ്ക്ക് പ്രേരണയായവരേയും നിമിത്തമായി എന്നോടൊപ്പം ഉണ്ടായവരേയും നന്ദിപൂർവ്വം സ്മരിക്കുന്നു. നൂറുകണക്കിന് കതിവനൂർ വീരൻ കെട്ടിയാടിയ, ആറ് പതിറ്റാണ്ട് കാലമായി തെയ്യമെന്ന വിസ്മയപ്രപഞ്ചത്തിൽ ചക്രവർത്തിയായി വിരാജിക്കുന്ന ഇ.പി. നാരായണ പെരുവണ്ണാൻ പകർന്നുതന്ന വെളിച്ചം ഒരു കൈവിളക്കായി രചനാവേളയിൽ എന്നും കൂടെയുണ്ടായിരുന്നു. കോലസ്വരൂപങ്ങളിലും, ചുഴലി, അള്ളട, നേര്യോട് സ്വരൂപങ്ങളിലുമുള്ള തോറ്റംപാട്ടുകളിലെ ചില വ്യത്യസ്തതകൾ യുക്തിസഹമായ രീതിയിൽ സമന്വയിപ്പിച്ച് നോവലിലേക്ക് സന്നിവേശിപ്പിക്കുവാൻ നിർദ്ദേശങ്ങൾ നൽകിയ അദ്ദേഹം ഒരു അവതാരികകൂടി എഴുതാമോ എന്നു ചോദിച്ചപ്പോൾ മനോഹരമായ രീതിയിൽ പൂർണ്ണ മനസ്സോടെ എഴുതിത്തന്ന സ്നേഹവാത്സല്യങ്ങൾ തികഞ്ഞ കടപ്പാടുകളോട് കൂടി മാത്രമേ സ്മരിക്കാൻ കഴിയുകയുള്ളൂ. ദശാബ്ദങ്ങൾക്കു മുന്നേ വിടപറഞ്ഞ അഴീക്കോട് കൃഷ്ണൻ പെരുവണ്ണാൻ മുതൽ ഒട്ടനവധി കനലാടിമാർ അനുഗ്രഹിച്ച വെളിച്ചമാണ് ഈ നോവലിൽ പ്രകാശിതമായിരിക്കുന്നത്. അവരെ നന്ദിപൂർവ്വം ഓർമ്മിക്കുന്നു. കതിവനൂർ വീരന്റെ പുരാവൃത്തങ്ങളുടെ സംശയ നിവാരണത്തിന് സഹകരിച്ച ശ്രീ പ്രേമൻ ചെപ്പനൂൽ, എഴുത്തുകാരൻ ഗിരീഷ് പൂക്കോത്ത്, ഗോകുൽചന്ദ്രൻ തുടങ്ങിയവരെ ഓർക്കുന്നതോടൊപ്പം,

അവർ മന്ദപ്പന്റെ കുടക് യാത്രയുടെ സഞ്ചാരപഥം തേടിയുള്ള ഇ.പി. നാരായണ പെരുവണ്ണാന്റെ നേതൃത്വത്തിൽ നടത്തിയ യാത്രയിലെ സഹയാത്രികരാണെന്നതും സ്മരിക്കുന്നു. തോറ്റംപാട്ടുകാരും കനലാടികളുമായ കണിച്ചാമൽ നാരായണ പെരുവണ്ണാൻ, ചുഴലി വിജയൻ പെരുവണ്ണാൻ കണ്ടോന്താർ ചന്ദ്രൻ പെരുവണ്ണാൻ, ബാബു പെരുവണ്ണാൻ, രതീഷ് പെരുവണ്ണാൻ കൂടാതെ കോലക്കാരനും അണിയലം കലാകാരനുമായ കണ്ടക്കൈ പ്രേമൻ പെരുവണ്ണാൻ എന്നീ കനലാടിമാരെ സ്നേഹപൂർവ്വം ഈ അവസരത്തിൽ സ്മരിക്കുന്നു.

തെയ്യം കാണുവാനായി അടുത്തും അകലെയുമുള്ള കാവുകളിലേക്കുള്ള യാത്രകളിൽ കൂട്ടുവരാറുള്ള സഹോദരൻ ജയനാരായണൻ, സുഹൃത്ത് മനോഹരൻ തുടങ്ങിയവരെ പോലെ തന്നെ കൈയെഴുത്തുപ്രതി വായിച്ച് നോവലിൽ ചില മാറ്റങ്ങളും തിരുത്തലുകളും നിർദ്ദേശിച്ച പണ്ഡിതശ്രേഷ്ഠനായ ശ്രീ രവീന്ദ്രനാഥ് ചേലേരിയേയും ഈ അവസരത്തിൽ കൃതജ്ഞതയോടെ സ്മരിക്കുന്നു. ഒപ്പം പത്രപ്രവർത്തകനും ഗവേഷകനുമായ യു.പി.സന്തോഷിനേയും പ്രിസുഹൃത്ത് രാജൻ അഴീക്കോടനേയും.

സംഘർഷഭരിതമായ ജീവിതത്തിലെ പ്രശ്നങ്ങളും തടസ്സങ്ങളും നേരിടുമ്പോൾ സഹായവും പ്രോത്സാഹനവുമായി ആശ്വാസമേകാറുള്ള ശ്രീ അരിയമ്പാട്ട് മുകുന്ദൻ, പുത്തലത്ത് പ്രേമരാജൻ, മിഥുൻ ശ്രീധരൻ നമ്പ്യാർ, വേണുഗോപാലൻ, സന്തോഷ്കുമാർ തുടങ്ങിയവരോടുള്ള നന്ദിയും കടപ്പാടും ഈ അവസരത്തിൽ ഓർക്കുന്നതോടൊപ്പം ഈ നോവൽ രചനയ്ക്കും പ്രകാശനത്തിനുമിടയിൽ ഒരശനിപാതം പോലെ കടന്നുവന്ന മഹാരോഗത്തിന്റെ പിന്നിൽ നിഴലുപോലെ കാത്തിരുന്ന മരണത്തിൽ നിന്നും തിരികെ ജീവിതത്തിലേക്ക് കൊണ്ടുവരാൻ കൂടെ നിന്ന ഡോക്ടർമാരെയും പ്രാർത്ഥനാനിർഭരരായി കാവലിരുന്ന കുടുംബത്തെയും സ്നേഹപൂർവ്വം സ്മരിക്കുന്നു. രണ്ടുവർഷം നീണ്ടുപോയ ഈ പുസ്തക രചനാവേളകളിലെല്ലാം അദൃശ്യരായി കൂടെ സഞ്ചരിച്ച ദേവതകൾക്ക് മുന്നിൽ ശിരസ്സ് കുനിക്കുന്നതോടൊപ്പം പ്രസാധകരായ കൈരളി ബുക്സിനും എഡിറ്റർ ശ്രീ സുകുമാരൻ പെരിയച്ചൂരിനും നന്ദി രേഖപ്പെടുത്തുന്നു.

ചിറക്കൽ **മുരളീ മോഹനൻ. കെ.വി.**

23.06.2022

തെയ്യങ്ങളുടെ താളം ഇഴുകിച്ചേർന്നൊരു പുസ്തകം

ടി. പദ്മനാഭൻ

ഈ കാലഘട്ടത്തിൽ എത്ര സാഹിത്യകാരൻമാർ വായനയിൽ വ്യാപൃതരാവുന്നുണ്ട്, എത്ര ഭരണാധികാരികൾ, രാഷ്ട്രീയക്കാർ, സിനിമാനടന്മാർ പുസ്തകങ്ങൾ വായിക്കുന്നുണ്ട് എന്ന് ചോദിച്ചാൽ, ഉത്തരം വളരെ ചുരുക്കം എന്നാവും. പുസ്തക വായനകൊണ്ട് എന്താണ് പ്രയോജനം എന്നാണ് അവരൊക്കെ ചിന്തിക്കുന്നത്. ഇന്നത്തെ കാലത്ത് ഒരു പുസ്തകത്തെ കുറിച്ച് നല്ല ഒരഭിപ്രായം പറയുവാൻ കിട്ടുന്ന അവസരം വളരെ വിരളമാണ്. അങ്ങിനെ ഒരവസരം കിട്ടുന്നത് മഹാ ഭാഗ്യവുമാണ്. നമ്മൾ നൂറ് പൂക്കൾ വിരിയട്ടെ എന്നൊക്കെ പറയും. പക്ഷേ ഇതിലെത്രയെണ്ണമുണ്ട് സുഗന്ധ വാഹികളായിട്ട്?. ഇനി സുഗന്ധം വേണ്ട എന്നാൽ ദുർഗന്ധം വമിക്കാത്തത് എത്രയെണ്ണം എന്നൊക്കെ ചോദിച്ചാൽ നല്ല പുസ്തകങ്ങൾ ഇല്ല എന്നതാണ് സത്യം. എഴുത്തുകാർ പരസ്പരം പുകഴ്ത്തും, എന്നാൽ ഒരെഴുത്തുകാരനും മറ്റൊരു എഴുത്തുകാരന്റെ പുസ്തകം വായിക്കുന്നില്ല എന്നതാണ് യാഥാർത്ഥ്യം.

ഞാൻ ഒരു പ്രതീക്ഷയും കൂടാതെയാണ് ശ്രീ. കെ.വി. മുരളീമോഹനന്റെ 'കതിവനൂർ വീരൻ ദൈവവും കനലാടിയും' എന്ന നോവൽ വായിക്കാൻ തുടങ്ങിയത്. സത്യത്തിൽ വായന തുടങ്ങിയപ്പോൾ മുതൽ ഈ പുസ്തകം എന്നെ അത്ഭുതപ്പെടുത്തി. സൃഷ്ടി കർമ്മത്തിന്റെ ഔന്നത്യതിലേക്ക് പല ഭാഗങ്ങളിലും ഉയർന്നു പോകുന്ന ഒരു പുസ്തകമാണിത്. എത്ര കണ്ട് പ്രചാരം ഈ പുസ്തകത്തിന് ലഭിക്കും എന്നൊന്നും എനിക്കറിയില്ല. പക്ഷേ എന്നെ സംബന്ധിച്ചിടത്തോളം ഞാൻ അടുത്ത കാലത്ത് വായിച്ച ഏറ്റവും മികച്ച പുസ്തകങ്ങളിൽ ഒന്നാണ് കതിവനൂർ വീരൻ എന്ന് പറയാൻ എനിക്ക് അശേഷം മടിയില്ല.

ഈ പുസ്തകത്തിന്റെ കാവറിൽ തന്നെ എഴുതിയിട്ടുണ്ട് ദൈവവും കനലാടിയും എന്ന ഉപശീർഷകവും. അങ്ങിനെ പറഞ്ഞാൽ മാത്രമേ ശരിയാവുകയുള്ളൂ. കതിവനൂർവീരൻ എന്ന മന്ദപ്പന്റെ കഥയല്ല ഇത്. ഈ കഥ ദൈവത്തിന്റെയും ദൈവത്തെ കെട്ടിയാടുന്ന കനലാടിയുടെതുമാണ്. കനലാടി എന്ന് പറഞ്ഞാൽ തെയ്യം കെട്ടുന്ന കലാകാരൻമാരാണ്. തെയ്യം കോലധാരിയായ കുഞ്ഞൂട്ടി എന്ന പെരുവണ്ണാന്റെ കഥ

യാണിത്.

കതിവനൂർ വീരൻ എന്ന മന്ദപ്പന്റെ കഥ അല്ലെങ്കിൽ മന്ദപ്പൻ ദൈവമായ കഥ ആർക്കും പറയാം. എന്നാൽ ദൈവത്തിന്റെയും കനലാടിയുടെയും കഥ പറയുക അത്ര എളുപ്പമല്ല. അവിടെയാണ് ഒരു എഴുത്തുകാരൻ എന്ന നിലയിൽ മുരളീമോഹനൻ വിജയിക്കുന്നത്. സൃഷ്ടികർത്താവിന്റെ ഔന്നത്യത്തിൽ അദ്ദേഹം എത്തിയിരിക്കുന്നു.

സാധാരണ പുസ്തക വായനയിൽ ഇഷ്ടപ്പെട്ട, സന്തോഷം തരുന്ന നല്ല ഭാഗങ്ങൾ അടയാളപ്പെടുത്തുന്ന ഒരു സ്വഭാവം എനിക്കുണ്ട്. ഈ പുസ്തകത്തിന്റെ പല ഭാഗങ്ങളിലും അത്തരം അടയാളപ്പെടുത്തലുകൾ ധാരാളം ഉണ്ടായിട്ടുണ്ട്. ദൈവവും കനലാടിയും തമ്മിലുള്ള സംഭാഷണങ്ങൾ എഴുതിയ ഭാഗങ്ങളിൽ ഒക്കെ മലയാളത്തിലെ ഏറ്റവും വലിയ എഴുത്തുകാരനായ ശ്രീ ഒ. വി.വിജയന്റെ ഔന്നത്യത്തിൽ ശ്രീ മുരളീമോഹനൻ എത്തിയിട്ടുണ്ട്. ശ്രീ ഒ. വി. വിജയന്റെ ഔന്നത്യത്തിൽ ശ്രീ മുരളീ മോഹനൻ എത്തുക എന്ന് പറഞ്ഞാൽ അതിൽപരം ഒരു പ്രശംസ മുരളീ മോഹനന് ലഭിക്കുവാനില്ല. വായനയുടെ ചില ഘട്ടങ്ങളിൽ എന്നെ വിഖ്യാത എഴുത്തുകാരൻ ദസ്തയവിസ്കിയെ ഓർമ്മിപ്പിച്ചു. ഞാൻ വെറുതെ പ്രശംസിക്കുകയല്ല മറിച്ച് യാഥാർത്ഥ്യം പറഞ്ഞതാണ്.

എന്റെ മനസ്സിന് ആനന്ദം നൽകിയ ദൈവവും കനലാടിയും തമ്മിലുള്ള സംഭാഷണങ്ങളിൽ ചില ഭാഗങ്ങൾ ഞാൻ ഇവിടെ ഉദ്ധരിക്കാം.

'കുഞ്ഞൂട്ടി ദൈവത്തിന്റെ അരിച്ചാന്ത് തേച്ച നെഞ്ചിലേക്ക് ചാഞ്ഞു'.. ആ ഭാഷയുടെ സൗന്ദര്യം ശ്രദ്ധിക്കുക. എഴുത്തുകാരനും എഴുത്തും വായനക്കാരനും ഒന്നിച്ചു വെന്തുരുകി ഒടുവിൽ ഒന്നായി തീരുമ്പോഴാണ് ഒരു കൃതി ഉന്നതമായി തീരുന്നത്. ഇത്തരം ഔന്നത്യങ്ങളിൽ എത്തുന്ന അവസ്ഥ പല ഘട്ടങ്ങളിലും ഈ പുസ്തകങ്ങളിലുണ്ട്. അതുപോലെ തെയ്യങ്ങളുടെ താളം പോലെ ഒരു താളം ഈ പുസ്തകത്തിൽ ഇഴുകി ചേർന്നിട്ടുണ്ട്. എഴുത്തുകാരൻ എന്ന നിലയിൽ പല ഘട്ടങ്ങളിലും ശ്രീ മുരളീമോഹനൻ ഔന്നത്യം സൂക്ഷിച്ച ഒരു പുസ്തകമാണ് 'കതിവനൂർ വീരൻ ദൈവവും കനലാടിയും'.

('കതിവന്നൂർ വീരൻ - ദൈവവും കനലാടിയും' ആദ്യപതിപ്പിന്റെ പ്രകാശന ച്ചടങ്ങിനോടനുബന്ധിച്ച് ചെയ്ത പ്രസംഗത്തിൽനിന്ന്)

ഒന്ന്

വള്ളിയറ[1] മുറ്റത്തുയരുന്ന വാദ്യഘോഷത്തിനുമുകളിൽ ആവേശത്തിന്റെ കൊടുമുടിയിലിരുന്ന് കുഞ്ഞൂട്ടി പെരുവണ്ണാൻ കതിവനൂർ വീരൻദൈവത്തെ ആവാഹിച്ചു.

തികഞ്ഞ യോദ്ധാവിന്റെ ആകാരപുഷ്ടിയും യുദ്ധമുറകളുടെ മെയ് വഴക്കവും ചേർന്നൊരു രൂപം ആളിക്കത്തുന്ന അഗ്നിക്കുമുന്നിൽ തിളങ്ങി. വിയർപ്പിൽ ലയിച്ച മാറിലെ അരിച്ചാന്ത് തിളച്ചുമറയുന്ന എണ്ണപോലെ ശരീരത്തിൽനിന്ന് ഇറ്റിറ്റുവീണു. താളവട്ടങ്ങൾ, പതിനെട്ടു തരം വാളും കൂട്ടിതൊഴൽ, വാൾപയറ്റ്, വായ്ത്താരി തുടങ്ങി പതിവു ചടങ്ങുകളെല്ലാം ക്ഷണനേരം പള്ളിയറയ്ക്കു മുന്നിൽ ഉറയാതെ വിറങ്ങലിച്ചുനിന്നു.

കൊട്ടിക്കയറുന്ന വാദ്യങ്ങളിലുണരേണ്ട മനസ്സ് ചടുലതാളം മറന്നു നിശ്ചലമായി.

അന്തിമേഘം കണക്കെ ചുവന്നുതുടുത്ത ഒരു രൂപം വർദ്ധിച്ച തിളക്കത്തോടെ മുന്നിൽ തെളിഞ്ഞുവന്നു. ആയിരം സൂര്യൻ ഒരുമിച്ച് ചക്രവാളത്തിൽ ഉദിച്ചുയർന്നപോലെ കതിവനൂർവീരൻ ദൈവത്തിന്റെ ദിവ്യമംഗളരൂപം കണ്ണുകൾക്ക് മുന്നിൽ നിറഞ്ഞുനിന്നു.

ദേവകിന്നര ഗന്ധർവന്മാർ അതിശയിച്ചുപോകുന്ന സൗന്ദര്യത്തിടമ്പ്. മൂന്ന് ലോകങ്ങളിലെയും മുഴുവൻ സൗന്ദര്യവും ഒരുമിച്ച് തന്നിൽ ലയിപ്പിച്ചതുപോലെയുള്ള സൗന്ദര്യത്തിടമ്പ്- കതിവനൂർ വീരൻ ഇതാ പാലകുളങ്ങര കുഞ്ഞൂട്ടി പെരുവണ്ണാൻ എന്ന കനലാടിയുടെ[2] മുന്നിൽ പ്രത്യക്ഷപ്പെട്ടിരിക്കുന്നു.

അവാച്യവും അചിന്തനീയവുമായ രൂപം.

വർണ്ണനകൾക്കതീതമായ ദിവ്യസൗന്ദര്യം.

തിളക്കമാർന്ന പൂക്കട്ടി[3] തിരുമുടി.

നെറ്റിയിലെ വെള്ളി തലപ്പാളിക്കു താഴെ മഷിയിട്ട കണ്ണുകൾ അഗ്നിഗോളങ്ങൾ പോലെ തിളങ്ങുന്നു. മനയോല[4] ചായില്യം കൊണ്ടുവരഞ്ഞ നാഗോം കുറിയും[5] മുഖത്തെഴുത്തിന് താഴെ കരിന്താടി.

Smitha

കാറ്റിൽ ഇളകുന്ന അടുക്കും ചിറകുമായ [6] വട്ടൊടയിൽ പതിപ്പിച്ച വെള്ളിമൊട്ടുകൾക്ക് തീക്കനലിന്റെ തിളക്കം.

അന്തിമേഘംപോലെ കണ്ട രൂപം പിന്നീട് കടുംചുവപ്പായി. ആകാശത്തോളം ഉയർന്നുതിളങ്ങുന്ന കടുംചുവപ്പിൽ കണ്ണുകൾക്ക് മതിവരാത്ത കാഴ്ചയായി കതിവനൂർവീരൻ നിറഞ്ഞുനിന്നു.

നാലഞ്ചു പതിറ്റാണ്ടുകളായി ഉപാസനമൂർത്തിയായി താൻ ആരാധിക്കുന്ന ദൈവം, കതിവനൂർവീരൻ ദൈവം തന്റെ മുന്നിൽ പരിചയും [7] താരിയുമണച്ചു പിടിച്ച് അനുഗ്രഹിക്കുന്നു.

---

[1] *ശ്രീകോവിൽ*

[2] *തെയ്യംകലാകാരൻ*

[3] *കതിവനൂർവീരൻ തെയ്യത്തിന്റെ തിരുമുടി*

[4] *മുഖത്തെഴുത്തിന് ഉപയോഗിക്കുന്ന നിറക്കൂട്ട്*

[5] *കതിവനൂർവീരന്റെ മുഖത്തെഴുത്ത്*

[6] *കതിവനൂർവീരന്റെ അരമുതലുള്ള ഉടയാട*

[7] *കതവനൂർവീരന്റെ ആയുധം*

രണ്ട്

ഇനി ഗുരുവന്ദനം. മനസ്സ് പറഞ്ഞു.

അരങ്ങിലേക്ക് പുറപ്പെടാൻ സമയമായി. വല്ലാത്തൊരു പതർച്ചയും കിതപ്പും.

സന്ധ്യ മയങ്ങിയില്ലെങ്കിലും മാനത്ത് ചെറുതായിട്ടുയർന്ന മേഘ ചീളുകൾ അസ്തമയസൂര്യന്റെ പ്രകാശം കുറച്ചു.

കണിച്ചാമലും കുറ്റ്യോട്ടും ചേർന്ന് തന്നെ ഉടുത്തുകെട്ടിച്ചു.

തെയ്യംകെട്ട് ആരംഭകാലംമുതൽ കൂടെയുള്ളവരാണ് കണിച്ചാമൽ നാരായണനും കുറ്റ്യോട്ട് രാമനും.

ദേവസ്ഥാനത്തേക്ക് പോകുന്നതിനുമുന്നെയുള്ള ചുറ്റിക്കെട്ടൽ സമയത്തെ പതിവുസംസാരമൊന്നും കേൾക്കാതിരുന്നപ്പോൾ തന്റെ മുഖത്തേക്ക് ഇടക്കിടെ അവർ നോക്കുന്നത് മരവിച്ച മനസ്സിലും പതിയുന്നുണ്ട്.

കൈവിളക്കിൽ കത്തുന്ന കരിന്തിരിക്കു മുന്നിൽവച്ച തലപ്പാളിയെ നോക്കി തൊഴുതു. ഇരുപത്തിയൊന്നു ഗുരുക്കന്മാരെ സ്മരിക്കുന്നതിനുമുന്നെ എല്ലാവരോടും മാപ്പു പറയാൻ മനസ്സ് പറഞ്ഞു. യാന്ത്രികമായി ചുണ്ടുകൾ അനങ്ങി.

"മാതാവും പിതാവും പിന്നെ പേറ്റിച്ചി മാതുലനും
ജ്യേഷ്ഠനും രക്ഷിതാവും പിന്നെ അന്നദാതാവും
ഉപനയനം കഴിച്ചോരും ലാവണത്തിന്റെ ദേശികനും
നീതി ദേശികനും പിന്നെ ഗുരുപത്നിയും
രാജപത്നി സ്വപത്നിതൻ മാതാവും
ഭൂമിയും വെള്ളവും അഗ്നിയും വായുവും പിന്നെ ആകാശവും
ഇന്ദ്രാദിത്യന്മാരും ചൗളരും ചേർന്ന്
ഇരുപത്തിയൊന്ന് ഗുരുക്കന്മാരിവരാണെന്ന് ചൊൽവൂ
ഇവർ തുണയായ് വരുമ്പോളിന്നെനിക്ക്
അരങ്ങിലെല്ലാം ശുഭമായ് പ്രകാശിച്ചീടും"

കൈവിളക്കിനെയും തലപ്പാളിയെയും നമസ്ക്കരിച്ച് എഴുന്നേറ്റു.

ചിട്ടയനുസരിച്ച് മൂപ്പുസ്ഥാനം നോക്കി വന്ദിച്ചു പള്ളിയറ മുറ്റത്തേക്ക് നടക്കുമ്പോൾ അണിയറയിൽ കൂടിയിരുന്നവരിൽ ആരോ പറയുന്നതു കേട്ടു,

"ഗുരുത്വം കുഞ്ഞൂട്ടി പെരുണ്ണാനോളം ഒരാൾക്കൂല്ല. അന്നുതൊട്ടിന്നോളം മൂപ്പുസ്ഥാനം നോക്കി വന്ദിക്കുന്നേന് മുന്നെ ഗുരുവന്ദനം നടത്തുന്നത് ഇക്കാലത്താരാ ഉള്ളത്?"

ദേവസ്ഥാനത്തിന് മുന്നിൽ പീഠത്തിന് മുന്നിലെത്തി തൊഴുതു. കൊടിയിലയിൽ[1] അരിയും ചന്ദനവും വെറ്റിലടക്കയുമായി കോമരം[2] മുന്നിലെത്തുന്നതിന്മുന്നെ തലയിൽ പട്ടും തലപ്പാളിയും[3] കെട്ടി ഉച്ച തോറ്റത്തിന്റെ വേഷവിധാനം പൂർത്തീകരിക്കുമ്പോൾ കണിച്ചാമലിന്റെ ചെവിയിൽ പതുക്കെ മന്ത്രിച്ചു.

"വരവിളി[4]ക്കുശേഷുള്ള തോറ്റം ഇങ്ങള് രണ്ടാളും ചൊല്ല്യാ മതി."

അരിയും കത്തിച്ച തിരിയും വച്ച കൊടിയില വാങ്ങി വന്ദിച്ചു, പള്ളിയറക്ക് നേരെ നോക്കി.

ഭദ്രദീപം തെളിയുന്ന തൂക്കുവിളക്കുകളും നിലവിളക്കുകളും പടുതിരി കത്തുന്നു. മുന്നിൽവച്ച കൈവിളക്കിൽ കരിന്തിരി കത്തുന്നു.

പതിവുപോലെ അരയിൽ മദ്ദളവുമായി 'തുടങ്ങിതോറ്റ'ത്തിന് നിന്ന് തോറ്റംപാടുമ്പോൾ ദീപപ്രഭയും ശബ്ദത്തിലുള്ള തോറ്റംപാട്ടിന്റെ താളവും ലയിച്ച് ഒരു മായികലോകം വിരിയുന്ന പ്രതീതി 'വര വിളിച്ച്'പ്പോഴും ഉണ്ടായില്ല.

"കതിവനൂർവീരന്റെ 'തുടങ്ങിതോറ്റം' ചെറിയ ചടങ്ങാണെങ്കിലും അനുഷ്ഠാനിയായ കോലക്കാരനെ ദൈവത്തിലേക്കടുപ്പിക്കുന്ന ചടങ്ങാണ്. ഓർത്തോളണം."

അശരീരിപോലെ കാതിലേക്ക് പ്രതിഫലിക്കുന്ന ശബ്ദം അച്ഛന്റേ തല്ലേ?

അതോ ആശാന്റേതോ?

എല്ലാം തന്റെ തോന്നൽതന്നെ.

ആദ്യം വരവിളിയോടെ തോറ്റം തുടങ്ങി. പിന്നീട് ഒരു ചടങ്ങുപോലെ ചുരുക്കത്തിൽ 'നീട്ടുകവി'യും താളവൃത്തവും തുടർന്ന് സ്തുതികൾ. വീണ്ടും വരവിളി. 'അഞ്ചടി'[5] പിന്നെ പൊലിച്ചുപാട്ടോടെ കലാശത്തിലേക്ക് കടക്കുന്ന കതിവനൂർവീരൻ 'തുടങ്ങിതോറ്റം' ദൈവത്തിന്റെ കഥയുടെ മർമ്മപ്രധാന ഭാഗങ്ങൾ മാത്രം പാടി ചില താളവട്ടങ്ങളോടെ അവസാനിക്കുന്ന ചെറിയൊരു ചടങ്ങ് മാത്രമാണ്.

എന്നാൽ നാല് സ്വരൂപങ്ങളിലും പേരുകേട്ട കോലക്കാരൻ പാലകുളങ്ങര കുഞ്ഞൂട്ടി പെരുവണ്ണാൻ എന്ന കനലാടിക്ക് ഏത് ചെറിയ ചടങ്ങും ബൃഹത്താണ്.

ഇന്നത്തെ തുടങ്ങിതോറ്റം കതിവനൂർവീരൻ കളിയാട്ടത്തിന്റെ തുടക്കം കുറിക്കുകയാണെന്നതിലുപരി കുഞ്ഞൂട്ടി പെരുവണ്ണാനെന്ന കനലാടിയുടെ അവസാനവും കൂടിയാണ്.

അതിബൃഹത്തല്ലാത്ത എന്നാൽ സംഘട്ടന സംഘർഷസങ്കീർണ്ണ സമ്മിശ്രിത ജീവിതത്തിന്റെ ദുരന്തപര്യവസാനം. ഈ പള്ളിയറ മുറ്റത്തുറയുന്ന കതിവനൂർവീരൻ ദൈവത്തിന്റെ പ്രകടനപരത നിറഞ്ഞു തുളുമ്പുന്ന കലാശത്തിൽ അവസാനിക്കാൻ പോകുന്നു.

വാളും പരിചയും ഉറുമിയും കൊണ്ടുള്ള അഭ്യാസമുറകളായ 'തകർപ്പ്'[6] കാണുവാൻ ആകാംക്ഷയിലേറെ ആവേശത്തിൽ നിൽക്കുന്ന പുരുഷാരത്തിനുമുന്നിൽ ദൈവം തന്നെ മുറുക്കിയ ചുരികയിൽ കഴുത്തറുത്തു വീഴുന്ന കനലാടിയുടെ പിടച്ചിൽ ദൃശ്യവിശേഷമാകും.

കുഞ്ഞൂട്ടിപെരുവണ്ണാന്റെ പ്രശസ്തമായ 'പതിനെട്ടുതരം വാളും കൂട്ടി തൊഴൽ' കാണാനാകാതെ നിരാശരാകുന്ന പുരുഷാരത്തിനിടയിലൂടെ തുറിച്ച കണ്ണുകളുമായി മകൻ അച്ചൂട്ടിയുടെ കയ്യും പിടിച്ച് ശിരസ്സറ്റ തന്റെ ചേതനയറ്റ ദേഹം കാണുന്ന സുമിത്രയുടെ മുഖം തെളിഞ്ഞുവന്നപ്പോൾ അടിമുടിയിളകി.

മനസ്സിലെ മാറ്റത്തിന്റെ ഗതവേഗം വർദ്ധിച്ചപ്പോൾ ദൈവത്തിന്റെ പരകായപ്രവേശമാണെന്ന് ഒക്കത്തോറ്റ്[7]ക്കാർക്ക് തോന്നി. പള്ളിയറ മുറ്റത്തെ വാദ്യഘോഷം ഉച്ചസ്ഥായിലായി.

തോറ്റംപാട്ടും വാദ്യവും ദീപനാളത്തിൽ ലയിച്ചതുപോലൊരു തോന്നൽ. ഉന്തിതള്ളുന്ന ജനസഞ്ചയം ആരവം മുഴക്കി.

ചെണ്ടമേളം മൂർദ്ധന്യത്തിലേക്കുയർന്നു.

ആചാരാനുഷ്ഠാന പ്രകാരമുള്ള ചടങ്ങുകളുമായി കോമരം ക്രിയകൾ ചെയ്ത് അരിയിട്ട് വന്ദിച്ച് പിറകിലോട്ട് നടന്നു.

കൊട്ടിക്കയറുന്ന വാദ്യത്തിന്റെ ഉച്ചസ്ഥായിക്കു മുകളിൽ അരയിൽ കെട്ടിയ മദ്ദളം ഊരിയെറിഞ്ഞു. കാലുകളകത്തി, അരമണ്ഡലത്തിലിരുന്ന് കൈകൾ പിണച്ച് തൊഴുതു.

അടിമുടി വിറപ്പിച്ചുകൊണ്ട് ഉറച്ചിൽ തൊഴൽ ആരംഭിച്ചു.

പിന്നോട്ടാഞ്ഞു ഓതിരകടകം മറിഞ്ഞു പീഠം കടന്നുചാടി പീഠത്തിൽ വെച്ച വാളുകൾ എടുത്ത് യുദ്ധമുറകൾ ഒന്നൊന്നായി പുറത്തെടുത്തു. വാൾ വലി, അടിവാൾ കൊത്തൽ, വലിഞ്ഞുകൊത്തൽ തുടങ്ങി അഭ്യാസമുറകൾ കാണികളിൽ ആവേശമുയർത്തി. അവരുയർത്തിയ ആർപ്പുവിളികൾ വാദ്യഘോഷത്തിൽ ലയിച്ച ക്ഷണനേരത്തിൽ ചടുലനൃത്തത്തോടെ പീഠത്തിൽ കുനിഞ്ഞു ഉറുമിയെടുത്ത് ചുഴറ്റി. പ്രകടനപരതയിൽ നിറഞ്ഞാടുന്നതിനിടയിൽ തീരുമാനിച്ചുറച്ച ലക്ഷ്യചിന്ത ഒരു മിന്നായംപോലെ മനസ്സിലോടി മറഞ്ഞു. ആർപ്പുവി

ളികളുടെ ആവേശമുയരുമ്പോൾ അടവുതെറ്റിച്ച് വീശി ഉറുമി തന്റെ കഴുത്തിലേക്ക് ചുഴറ്റണം!

ചെമ്പടതാളത്തിൽ ജനം ലയിക്കും.

കൂടെയുള്ള കനലാടിമാർ കൺമിഴിച്ചു നോക്കിനിൽക്കെ ഉറുമി കഴുത്തിൽ ചുറ്റിവലിക്കണം.

സർവ്വദേവതമാരെയും ശിരസ്സിലേറ്റിയ കോലങ്ങളേയും മനസ്സിൽ ധ്യാനിച്ച് സർവ്വശക്തിയും ആവാഹിച്ച് കഴുത്തിൽ ചുറ്റിയ ഉറുമി വലിക്കാൻ ശ്രമിച്ച കൈകൾ പെട്ടെന്ന് കല്ലുപോലെ സ്തംഭിച്ചു. കൈകളിൽ അതിശക്തമായ ഭാരം കെട്ടിയപോലെ.

പെട്ടെന്ന് തിരിഞ്ഞുനോക്കി.

കൺമുന്നിൽ കതിവനൂർ വീരൻദൈവം!

സമസ്ത സൗന്ദര്യവസ്തുക്കളേയും ലയിപ്പിച്ച ദിവ്യമംഗളരൂപം!

---

[1] നാക്കിലയിൽ

[2] വെളിച്ചപ്പാട്

[3] തെയ്യങ്ങൾ തോറ്റംസമയങ്ങളിൽ അണിയുന്ന ഒരുതരം കിരീടം

[4] തോറ്റം തുടങ്ങുമ്പോഴുള്ള ദൈവത്തിന്റെ ആദ്യസ്തുതി

[5] തോറ്റത്തിന്റെ താളക്രമങ്ങൾ

[6] അഭ്യാസമുറകളോടെയുള്ള കലാശം

[7] കൂടെ തോറ്റം ചൊല്ലുന്നവർ

മൂന്ന്

മുന്നിൽ ദീപാലംകൃതമായ പള്ളിയറയില്ല.

ഒക്കത്തോറ്റക്കാരും കനലാടികളുമില്ല.

കഴകക്കാരും[1] ഊരാളന്മാരും കൂടിക്കൊണ്ട പുരുഷാരങ്ങളുമില്ല.

വാദ്യക്കാരുടെ ചെമ്പടതാളമില്ല.

താളക്രമത്തിന്റെ മൂർച്ചയിൽ അന്തർഭവിക്കാറുള്ള ആഹ്ലാദമോ അദൃഷ്ടപൂർവ്വമായ പ്രശ്നങ്ങളെച്ചൊല്ലിയുള്ള ഭയമോ പൂർണ്ണമായും അകന്നുപോയിരിക്കുന്നു.

ഈണത്തിലും താളത്തിലും ആടിത്തിമർക്കാറുള്ള മനസ്സ് ബാഹ്യലോകവുമായുള്ള ബന്ധം പൂർണ്ണമായും വിച്ഛേദിച്ച് കഴിഞ്ഞിരിക്കുന്നു.

സങ്കീർണ്ണതയും വൈപുല്യതയും പരിഭ്രാന്തമാക്കാറുള്ള മനസ്സിന്റെ നിശ്ചലത്വം പൂർണ്ണതയിലെത്തിയിരിക്കുന്നു.

യുഗങ്ങളുടെ പ്രാചീനതയുള്ള കോലക്കാരനിലേക്ക് മാത്രം ആവാഹിച്ച ദർശനയോഗ്യമായ ദേവതാചൈതന്യം പ്രതീകോപാസനാതത്വം മറികടന്ന് ദൃശ്യയോഗ്യമായിരിക്കുന്നു!

രാത്രിയുടെ അന്ത്യയാമത്തിലും പുലരിവെളിച്ചത്തിലും ദൈവമായിട്ടാടിയ സങ്കല്പം കൺമുന്നിൽ നിറഞ്ഞുനിൽക്കുന്നു!

പൊന്നിൻ തിരുചിലമ്പിന്റെ നാദം കാതിൽ പ്രതിധ്വനിക്കുന്നു. തോറ്റംപാട്ടിലെ വീരാപദാനങ്ങളിൽ ഉണർന്നുറയാറുള്ള ദൈവത്തിന്റെ ശബ്ദ ഗന്ധസ്പർശം കുഞ്ഞൂട്ടിപെരുവണ്ണാനെ ഉന്മാദകൊടുമുടിയിലെത്തിച്ചു.

"കല്ലാടീ[2]..."

ദൈവം നീട്ടിവിളിച്ചു.

ദൈവത്തിന്റെ പരകായതയിൽനിന്നും മോചിതനായ കുഞ്ഞൂട്ടി തൊഴുതു വണങ്ങിക്കൊണ്ടു പറഞ്ഞു.

"അടിയൻ."

"മരിച്ചെന്നു ഭവിക്കേണ്ട നീയെൻ കല്ലാടീ."

ദൈവത്തിന്റെ അരുളപ്പാടുകേട്ട കുഞ്ഞൂട്ടി ബോധതലത്തിലേക്കുണ

രാൻ ശ്രമിച്ചു. അകത്തോരകം പൂജയും പുറത്തൊരു കളിയാട്ടവും മധു കലശവും നൽകി അരിയിട്ടു വന്ദിക്കാറുള്ള ദൈവത്തെ തൊഴാൻ കൈക ളുയർത്തി. എന്നാൽ ദൈവത്തിന്റെ പിടി മുറുക്കിയതുകൊണ്ടാവാം കൈകളുടെ നിശ്ചലത്വം കൂടുതൽ ബലവത്തായി.

ദൈവം കുഞ്ഞൂട്ടിയെ നോക്കി.

"എന്റെ കല്ലാടീ...എത്രയെത്ര പൂക്കട്ടി മുടി നീ ശിരസ്സിലേറ്റി. എത്ര കല്പന[3] കളിയാട്ടങ്ങളും തക്കുറി കളിയാട്ടങ്ങളും പെരുങ്കളിയാട്ടങ്ങളും എന്റെ കല്ലാടിയാൽ നിവൃത്തിച്ചു. നാലു സ്വരൂപങ്ങളിലെ ചിത്രപീഠ ങ്ങൾക്കും വഴക്കം കല്പിച്ചതല്ലെ എന്റെ കല്ലാടീ. എത്രകാലം എത്ര പുരുഷാന്തിരം തിരുമുടി ശിരസ്സിലേറ്റി എത്ര മേലേരി എന്റെ കല്ലാടി കയ്യേറ്റു. എവിടെയാ എന്റെ കല്ലാടിക്ക് പിഴച്ചത്?"

ശ്രദ്ധാർഹങ്ങളായ നിലയിലേക്കുയർന്നിരുന്ന പാലകുളങ്ങര കുഞ്ഞൂട്ടി പെരുവണ്ണാൻ എന്ന കല്ലാടിയുടെ മൗനത്തിൽ കുറ്റബോധ ത്തിന്റേയോ നിരാശയുടെതോ ഒരു മ്ലാനത തളംകെട്ടി.

"എന്റെ ദൈവേ..."

കുഞ്ഞൂട്ടി ദൈവത്തിന്റെ അരിച്ചാന്ത് തേച്ച നെഞ്ചിലേക്ക് ചാഞ്ഞു.

ദൈവം വാളും പരിചയും ഒരു കയ്യിലേക്ക് മാറ്റിപിടിച്ച് തലപ്പാ ളിക്കു താഴെ തലയിൽ കെട്ടിയ പട്ടിനു മുകളിലൂടെ പതുക്കെ തടവി ക്കൊണ്ട് പറഞ്ഞു.

"നീളമുടി[4] വട്ടമുടി മുതൽ പുറത്തട്ട് ഓലമുടി തുടങ്ങി പൂക്കട്ടി വരെ എത്രയെത്ര തിരുമുടികൾ ഏറ്റ എന്റെ കല്ലാടിയുടെ ശിരസ്സ് എന്തേ താണുപോകുന്നത്?"

കുഞ്ഞൂട്ടി ദൈവത്തിന്റെ മാറിൽനിന്നും തലയെടുക്കാതെ തേങ്ങി ക്കരഞ്ഞു.

പിന്നീട് രോദനത്തോടെ പറഞ്ഞു, "തീർന്നു ദൈവേ...ഈ കല്ലാടി തീർന്നു ദൈവേ...എന്നോട് മാപ്പാക്കി പൊരുത്തപ്പെടണം ദൈവേ."

"അല്ലലും[5] അലസാരിയുമില്ലാത്ത കുടികളുണ്ടോ കല്ലാടീ. നിന്റെ മൂർദ്ധാവിൽ വീണ പുഷ്പങ്ങളെ വാട്ടാതെ ഞാനിത്രീം കാത്തുരക്ഷി ച്ചില്ലേ? എന്നിട്ടും?"

മറുപടി പറയാതെ കുഞ്ഞൂട്ടി കരഞ്ഞുകൊണ്ട് ദൈവത്തെ നോക്കി.

ദൈവം തുടർന്നു, "ദൈവികശക്തിയാർജ്ജിച്ച്, ദൈവത്തിന്റെ തല ത്തിലേക്കുയർന്ന നീ കഠിനഹൃദയമുള്ളവനല്ലല്ലോ."

"എന്റെ ദൈവേ അടിയനോട് പൊറുക്കണം. ഞാൻ തലയിലേറ്റു ന്നത് പൂക്കട്ടിയല്ല തീക്കൊട്ടയാണെന്ന് എന്റെ ദൈവത്തിന് അറി ഞ്ഞൂടെ?"

നിർത്താതെ കിതച്ചുകൊണ്ട് കുഞ്ഞൂട്ടി തുടർന്നു, "പ്രാകുന്ന

നാവിനെ അപ്പാടെ പൊരിച്ചുകളയുന്ന[4] ദൈവങ്ങൾ എന്തേ സുമിത്രേന്റെ നാക്കിനും വാക്കിനും തളയിടാതിരുന്നു?"

ഏതോ ഒരു ഉൾപ്രേരണയിലെന്നപോലെ കുഞ്ഞൂട്ടിയുടെ ശബ്ദം ഉച്ചത്തിലായി.

"രക്ഷിപ്പാനല്ല, എന്റെ ദൈവങ്ങൾ ഭക്ഷിപ്പാനല്ലേ അവളെ കൂടെ തന്നത്?"

ദൈവം ഉരിയാടാതെ നിന്നു.

അണിയാഭരണങ്ങൾ കിലുങ്ങാതെ നിശ്ചലമായി.

അരിച്ചാന്തും ചുകപ്പും കറുപ്പും ചേർന്ന ദൈവത്തിന്റെ നെഞ്ചിൽ സ്വേദബിന്ദുക്കൾ ചാലുകൾ തീർത്തു.

അവതാര വിശേഷങ്ങളെ പ്രതിനിധാനം ചെയ്യുന്ന ദേവതകൾ കതിവനൂർവീരന്റെ പിന്നിൽ തലകുനിച്ചുനിന്നു.

ദൈവം കുഞ്ഞൂട്ടിയുടെ കൈ പിടിച്ചുകൊണ്ട് പറഞ്ഞു, "വരൂ."

കുഞ്ഞൂട്ടി കണ്ണുതുറന്നു.

ഇന്നോളം താൻ തിരുമുടി ശിരസ്സിലേറ്റിയ ദേവതകൾ കതിവനൂർവീരൻ ദൈവത്തിന്റെ പിന്നിൽ അന്ധാളിച്ചുനിൽക്കുന്നു. പിന്നീടവർ വാളും പരിചയും ചേർത്ത് അനുഗ്രഹിച്ചു.

കുഞ്ഞൂട്ടി ദൈവത്തിന്റെ കൂടെ നടന്നു.

---

[1] കാവിന്റെ അവകാശികൾ

[2] കനലാടിമാരുടെ വിളിപ്പേര്

[3] കളിയാട്ടങ്ങൾ ചില കാവുകളിൽ എല്ലാ വർഷവും സ്ഥിരമായി ഒരു തീയ്യതിയുണ്ടാവും. എന്നാൽ ചില കാവുകളിൽ അതാതു വർഷം തീരുമാനിക്കും.

[4] വിവിധ തെയ്യങ്ങൾ ശിരസ്സിലേറ്റാറുള്ള തിരുമുടികൾ

[5] പ്രശ്ന ദുരിത കഷ്ടപ്പാടുകൾക്കുള്ള തെയ്യഭാഷ

[6] പിഴുതെറിയുക

നാല്

കത്തുന്ന ദീപങ്ങൾ വർണ്ണപ്പൊലിമ തീർത്ത വടക്കുഭാഗത്തെ തിണ്ണയിൽ കുഞ്ഞൂട്ടിയെ ദൈവം കൈ പിടിച്ചിരുത്തി.

ആർപ്പുവിളികളോ ആരവങ്ങളോ കേൾക്കാനായില്ല.

വാദ്യഘോഷങ്ങൾ തീർത്തും ഇല്ലാതെയായി.

കഴകക്കാരും ഊരാളന്മാരും ഇല്ലാത്ത ആളൊഴിഞ്ഞ പള്ളിയറ മുറ്റത്ത് താനും ദൈവവും മാത്രമേയുള്ളുവെന്ന് തിരിച്ചറിഞ്ഞ മുഹൂർത്തത്തിൽ കൈവരുന്ന ആശയദീപ്തി കുഞ്ഞൂട്ടിയെ വിസ്മയിപ്പിച്ചു.

ശോകസാന്ദ്രങ്ങളായ ദുരന്തസ്മരണമാത്രം നെഞ്ചിലേറ്റിയ ഒരു കനലാടിയുടെ ഹൃദയത്തിൽ വിരിയുന്ന ആനന്ദനടനത്തിന്റെ വിസ്മയാവിഷ്ക്കരണം മൗനതാളത്തിലും ഉച്ചസ്ഥായിയിലായി.

"എന്തിനായിരുന്നു എന്റെ കല്ലാടി ഉറുമി കഴുത്തിൽ ചുറ്റിയത്? എന്റെ ആണ്ടോടാണ്ടുള്ള കളിയാട്ട കലാശത്തിന് 'പയറ്റും തകർപ്പും' ചടങ്ങൊപ്പിച്ചാൽ മതിയല്ലോ? പിന്നെന്തിനാ എന്റെ കല്ലാടീ...?"

"ചാകാൻ."

കിതച്ചുകൊണ്ട് കുഞ്ഞൂട്ടി ഉറച്ച സ്വരത്തിൽ പറഞ്ഞു.

ദൈവത്തിന്റെ മുഖഭാവം ശ്രദ്ധിക്കാതെ തുടർന്നു,

"എന്റെ കരംകൊണ്ട് ഉറുമി ഒറ്റൊരു വലി. തീരും. എല്ലാം തീരുമെന്റെ ദൈവേ...ദൈവത്തിന്റെ കഥ ദൈവം മറന്നോ... ആറുമുറിച്ച് അറുപത്തിനാലു ഖണ്ഡം പോയതും നൂറുമുറിച്ച് നൂറ്റെട്ട് തുണ്ടം പോയതും മറന്നോ എന്റെ ദൈവം?"

നേർത്തുനേർത്തു വരുന്ന ഇരുട്ടുപോലെ കതിവനൂർവീരൻ ദൈവത്തിന്റെ മുഖം മങ്ങി.

പിന്നീട് ആയിരം ദീപം കത്തിയാലുള്ള പ്രഭ മുഖത്തു തെളിഞ്ഞു.

കന്നിക്കൊയ്ത്തു കഴിഞ്ഞ പാടത്തിലൂടെന്നപോലെ ദൈവം തെക്കുവടക്കായി ഓടി നൃത്തം ചെയ്തു.

വിടർന്ന കണ്ണുകളോടെ കുഞ്ഞൂട്ടി കൈ കൂപ്പി.

ക്ലേശസഹിഷ്ണുതയും ക്ഷമാശീലവുമുള്ള കുഞ്ഞൂട്ടി ക്രമീകൃത

മായ രൂപപ്പൊലിമയോടുകൂടി പ്രത്യക്ഷപ്പെട്ട ദൈവത്തിന്റെ കലാശനൃത്തം ദൃഷ്ടിഗോചരമായല്ലോ എന്ന സംതൃപ്തിയിൽ ലയിച്ചുനിന്നു.

നയനാമൃതവും അലംകൃതവുമായ രൂപപൂർണ്ണിമയിൽ ആനന്ദചിത്തനായ കുഞ്ഞൂട്ടിക്ക് ചുറ്റും ദിവ്യപ്രഭാവലയം ദൃശ്യമായി.

ദേവസംഗീതത്തിൽ താൻ ഇന്നേവരെ ദർശിച്ചിട്ടില്ലാത്ത നടനമാടിയ ദൈവം പീഠത്തിലിരുന്നപ്പോൾ കുഞ്ഞൂട്ടി എഴുന്നേറ്റു.

എത്ര സമയദൈർഘ്യമെന്നറിയാത്തൊരു കാലവിസ്തരണം നടന്ന പള്ളിയറമുറ്റത്ത് കലാശനർത്തനമാടിയ ദൈവത്തെ മതിവരുവോളം കുഞ്ഞൂട്ടി നോക്കിയതിനുശേഷം അരിയെറിഞ്ഞുതൊഴുതു.

തിരുമുടിയിലലങ്കരിച്ച തെച്ചിപ്പൂക്കളെടുത്ത് കുഞ്ഞൂട്ടിയുടെ മൂർദ്ധാവിൽ ചേർത്തുവച്ച് ദൈവം അനുഗ്രഹിച്ചു.

“എന്റെ കല്ലാടിക്കിനിയെന്താണ് വേണ്ടത്?”

അല്പനേരത്തെ മൗനത്തിനുശേഷം കുഞ്ഞൂട്ടി ഉറച്ച ശബ്ദത്തിൽ പറഞ്ഞു, “നിക്ക് ചാവണം. എന്റെ ദൈവം അതൊന്നു നിവൃത്തിച്ചു തരണം. എനിക്കിനി ജീവിക്കണ്ട.”

ദൈവം ചിരിച്ചു, വശ്യതയോടെയും സൗമ്യതയോടെയും.

കുഞ്ഞൂട്ടി അതിശയിച്ചു.

ഇക്കണ്ട കാലം മുഴുവൻ താൻ കെട്ടിയാടിയത് മുഴുവൻ ആർത്തട്ടഹസിക്കുന്ന ദൈവകോലങ്ങളായിരുന്നു. ഇതുവരെ തന്നിലൂടെ പകർന്നാടിയ ഒരു ദൈവവും ഇത്ര മധുരമായി ചിരിച്ചുകണ്ടിട്ടില്ല.

“കല്ലാടിക്കെന്തു സംശ്യാ ഉള്ളത്? ദൈവം ചിരിച്ചതു കണ്ടിട്ടാണോ?”

കുഞ്ഞൂട്ടി ഒന്നമ്പരന്നു. പിന്നീട് ചിന്തിച്ചു, അമ്പരപ്പെന്തിനാ? ദൈവത്തിനറിയാത്തതെന്തുണ്ട്?

“ശരിയാ, കല്ലാടീ...എല്ലാം ഞാൻ കാണുന്നു...അറിയുന്നു.”

“പിന്നെന്തിനാ ദൈവേ എന്നോട് ചോയിക്കുന്നേ, എന്തിനാ ചാവുന്നേന്ന്?”

ദൈവം പീഠത്തിൽനിന്നെഴുന്നേറ്റു.

കാൽച്ചിലമ്പു കിലുക്കിക്കൊണ്ട് ഇരുദിക്കിലേക്ക് നടന്നു. പിന്നീട് പീഠത്തിൽ ഇരുന്നു.

“ദേവഗണങ്ങളുടെയും അസുരഗണങ്ങളുടെയും മനസ്സ് ഞാൻ കാണുന്നതുപോലെ തന്നെയാണ്. എന്നാൽ എത്രകാലം എത്ര പുരുഷാന്തരം നടന്നാലും നിങ്ങൾ മനുഷ്യങ്ങളുടെ മനസ്സറിയാൻ കഴിയില്ലെൻ കല്ലാടീ...”

ദൈവം നിസ്സഹായനായി പറഞ്ഞു.

കുഞ്ഞൂട്ടി ചുണ്ടിൽ വിരൽ വെച്ചു.

"എന്റെ ദൈവേ, എന്തതിശയാപ്പായിത്. ദൈവത്തിന് മനുഷ്യമനസ്സ് അറീല്ലാന്നോ? അപ്പോ ഇക്കണ്ട കാലത്രീം നമ്മൾ മാലോകർ മനസ്സിൽ പ്രാർത്ഥിച്ചതൊന്നും ദൈവങ്ങൾ കേട്ടില്ലാന്നോ?"

ദൈവം പീഠത്തിൽ ഒന്നിളകി ഇരുന്നു.

"പ്രാർത്ഥന കേൾക്കും കല്ലാടീ. കാരണം എല്ലാ പ്രാർത്ഥനകളും സങ്കടങ്ങളല്ലെ. അതിന് ദേശഭാഷാഭേദങ്ങളില്ലല്ലോ. ദേശ കാലാതിഭേദങ്ങളുമില്ല. എന്നാൽ നിങ്ങൾ മനുഷങ്ങളുടെ ചിന്തകളും ഗതികളും അവർക്കുതന്നെ നിശ്ചയുല്ലല്ലോ...?"

ദൈവം ഒന്നു നിർത്തി കുഞ്ഞൂട്ടിയെ നോക്കി.

കുഞ്ഞൂട്ടി ദൈവം പറയുന്നത് ശ്രദ്ധയോടെ കേട്ടു.

ദൈവം തുടർന്നു, "ഈരേഴുപതിനാലു ലോകങ്ങളിലെ സമസ്ത ജീവജാലങ്ങൾ ചിന്തിക്കുന്നതല്ലല്ലോ നിങ്ങളുടെ ചിന്തകൾ. ദൈവത്തെ സൃഷ്ടിപ്പാനും നശിപ്പിക്കാനും നിങ്ങളല്ലെ വിരുതർ."

സമ്മതഭാവത്തിൽ കുഞ്ഞൂട്ടി തലയാട്ടി.

ദൈവം തുടർന്നു,

"പോറ്റാനും കൊല്ലാനും തിന്നാനും നിങ്ങൾക്കല്ലേ കഴിയൂ."

കുഞ്ഞൂട്ടി കുറ്റബോധത്തോടെ തലതാഴ്ത്തി.

"ദൈവങ്ങളെ തരംതിരിക്കുന്നതും നിങ്ങളാണ്. സ്വഭാവവും ധർമ്മവും നിശ്ചയിച്ച് സമ്പ്രദായമൊരുക്കുന്നതും നിങ്ങളാണ്."

എതിർത്തു പറയാനാവാതെ കുഞ്ഞൂട്ടി താടിയിൽ കരം ചേർത്തു നിന്നു.

ദൈവം പറഞ്ഞതെത്ര ശരിയാണ്. വൈചിത്ര്യവും വൈവിധ്യവുമാർന്ന സ്വഭാവധർമ്മങ്ങളുള്ള എത്ര തോറ്റംപാട്ടുകൾ അച്ഛനും ആശാനും ചേർന്നൊരുക്കിയിട്ടുണ്ട്. അവരുടെ പൂർവ്വികർ ചിട്ടപ്പെടുത്തിയതെത്രയെത്ര? ഇത്രയൊക്കെ ദൈവങ്ങളെ തരംതിരിച്ച നമ്മൾക്ക് മനുഷ്യരുടെ സ്വഭാവധർമ്മങ്ങൾ തരം തിരിക്കാനായില്ലല്ലോ.

ദൈവം കുഞ്ഞൂട്ടിയെ തട്ടിവിളിച്ചുകൊണ്ട് ചോദിച്ചു, "നിങ്ങളോളം കഴിവുണ്ടോ ഞങ്ങളീശ്വരന്മാർക്ക്? സമസ്ത ശാസ്ത്ര സിദ്ധാന്തങ്ങളുടേയും അധികാരി നിങ്ങളല്ലേ? കൊല്ലാനും പോറ്റാനും നിങ്ങൾക്കല്ലേ കഴിയൂ?"

ദൈവം പരിഹസിക്കുകയാണെന്ന് കുഞ്ഞൂട്ടി തിരിച്ചറിഞ്ഞു.

മറുപടി പറയാനാവാതെ കുഞ്ഞൂട്ടി മിണ്ടാതിരുന്നു.

കുഞ്ഞൂട്ടിയുടെ പരിദേവനം തിരിച്ചറിഞ്ഞ ദൈവം വീണ്ടും കരം ഗ്രഹിച്ചു.

പിന്നീട് വലത്തോട്ട് തിരിഞ്ഞു യുദ്ധക്കളത്തിന്റെ പ്രതീകമായ വടക്കേൻഭാഗത്തെ തറയ്ക്ക് വലംവെച്ചു.

അറുപത്തിനാല് യുദ്ധക്കളത്തിലും മധ്യത്തിലും കത്തിച്ച എൺപത്തിയൊന്ന് കോത്തിരികളും നിറഞ്ഞുകത്തി. കൈവിളക്കിൽ കരിന്തിരി കത്തിയണഞ്ഞ ദീപം ജ്വലിച്ചു.

ദൈവം പടപ്പുറപ്പാടിനൊരുങ്ങുകയാണെന്ന് തിരിച്ചറിഞ്ഞ കുഞ്ഞൂട്ടി ദൈവത്തിന്റെ കരം പിടിച്ചു.

"ഞാൻ പറയാ എന്റെ ദൈവേ...ഞാനെന്തിനാ എന്റെ ദൈവത്തോട് എന്നെ ഒളിക്കുന്നത്? ഏത് ദുരിതത്തിലും എന്നെ ഇന്നോളം കരയേറ്റി[1]യത് എന്റെ ദൈവല്ലേ?"

"എന്താ കല്ലാടീ...കല്ലാടിയുടെ നോവ്?"

ദൈവം കണ്ഠമിടറിക്കൊണ്ട് ചോദിച്ചു.

ദൈവത്തിന്റെ കണ്ഠമിടറുന്നതറിഞ്ഞ കുഞ്ഞൂട്ടി അസ്വസ്ഥനായി. ഞാൻ കാരണം എന്റെ ദൈവത്തിന് വിഷമമുണ്ടായോ.

"വിശേഷിക്കൂ[2] കല്ലാടീ...നിൻ മനോവിഷമം തീർക്കാൻ ഞാനെഴുന്നെള്ളി. എൻ മനോവിഷമമോർത്തെൻ കല്ലാടി മനമുരുക്കരുത്."

ദൈവത്തിന്റെ ശബ്ദമുയർന്നു.

കണ്ണുതുടച്ചുകൊണ്ട് കുഞ്ഞൂട്ടി പറഞ്ഞു.

"ഓള് ഇന്നോളം സ്വൈര്യം തന്നിറ്റ്ലെന്റെ ദൈവേ. സുമിത്രേം കുട്ട്യോളും എന്റെ ജീവനാന്ന് ദൈവത്തിനറീലെ. മോനീം ഓള് ദുഷിപ്പിച്ചില്ലേ?"

കുഞ്ഞൂട്ടി തേങ്ങിക്കരഞ്ഞു.

ദൈവം പൊട്ടിച്ചിരിച്ചു.

"കതിവനൂർവീരന്റെ...അല്ല മന്ദപ്പന്റെ കഥ നിനക്കറിയുന്നതുപോലെ ആർക്കുമറിയില്ലല്ലോ എന്റെ കല്ലാടീ..."

കുഞ്ഞൂട്ടിയുടെ തല പെട്ടെന്നുയർന്നു.

"എല്ലാമറിഞ്ഞിട്ടും എന്റെ കല്ലാടിക്കെന്തേ പിഴക്കുന്നു? നീ കാണാത്ത പള്ളിയറകളുണ്ടോ? നീ കാണാത്ത കോട്ടങ്ങളും കാവുകളുമുണ്ടോ?"

കുഞ്ഞൂട്ടി ദൈവത്തിന്റെ പീഠത്തിനരികെ ചേർന്ന് ഇരുന്നു.

ദൈവം കുഞ്ഞൂട്ടിയുടെ തലയിൽ തലോടി.

"എല്ലാം സഹിക്കാം എന്റെ ദൈവേ...എന്നാൽ ഓളുടെ സംശ്യം മാത്രം സഹിക്കാനാവുന്നില്ല."

കുഞ്ഞൂട്ടി തേങ്ങി.

"പാലുതായേ ചോറുതായേ ചെമ്മരത്തീന്ന് മന്ദപ്പൻ ചോദിച്ചപ്പോൾ ഓളെന്താ പറഞ്ഞത് കല്ലാടീ!"

കുഞ്ഞൂട്ടിയോട് ദൈവം ചോദിച്ചു.

കുഞ്ഞൂട്ടി നീട്ടിച്ചൊല്ലി.

"പാലിനുപകരം ഉതിരം[3] വെട്ടി കുടിച്ചും കൊള്ളെ
ചോറിനുപകരം തലച്ചോറെടുത്തും കൊള്ളെ."

ദൈവം ചിരിച്ചു.

ദൈവത്തിന്റെ ചിരിയുടെ അർത്ഥം കുഞ്ഞൂട്ടിക്ക് മനസ്സിലായില്ല. ഒന്നും അറിയാത്തവനെപ്പോലെ അമ്പരന്നുനിൽക്കുന്ന കുഞ്ഞൂട്ടിയുടെ മുന്നിൽ പീഠത്തിൽ നിന്നെഴുന്നേറ്റ് ദൈവം നിന്നു.

പിന്നീട് വടക്കേൻഭാഗത്തെ തറയ്ക്ക് പ്രദക്ഷിണം വന്നതിനുശേഷം കുഞ്ഞൂട്ടിയോട് പറഞ്ഞു.

"കല്ലാടീ വിശേഷിക്കാ... നിന്റെ സങ്കടങ്ങൾ വിശേഷിക്കാ...ഞാനും വിശേഷിക്കാം എന്റെ കഥകൾ...."

കുഞ്ഞൂട്ടി തന്റെ കഥനം തുടർന്നു.

---

[1] *ആപത്തിൽനിന്നും രക്ഷിക്കുക*

[2] *ചൊല്ലുക*

[3] *രുധിരം, ചോര*

കുഞ്ഞൂട്ടി

അഞ്ച്

പട്ടുവത്ത് കതിവനൂർ വീരന്റെ പള്ളിയറ പുതുക്കി പണി തീർന്നിരിക്കുന്നു.

കളിയാട്ടം നിശ്ചയിക്കുവാൻ പ്രശ്നവിധി അറിയണം.

തട്ടുംനിലയും[1] സമ്പ്രദായവുമനുസരിച്ച് നാനാജാതി മുഖ്യസ്ഥന്മാരേയും കാര്യക്കാരേയും ഊരാളന്മാർ 'വരച്ചുവെപ്പിന്[2]' വിളിച്ചു. പെരും കണിശൻ രാമൻഎഴുത്തശ്ശൻ രാശിക്കളം വരച്ചു. കവിടി നിരത്തി.

ആദ്യം ജന്മാവകാശിയായ ഒതേന പെരുവണ്ണാന്റെ പേര് പറഞ്ഞു പ്രാർത്ഥിച്ച് ഒഴിവു നോക്കി. ഗുളികനും ചൊവ്വയും നീചത്തിൽ.

എഴുത്തശ്ശൻ ഊരാളന്മാരെ നോക്കി നിഷേധാർത്ഥത്തിൽ തലയാട്ടി.

"ചൊവ്വേന്റീം ഗുളികന്റേം സ്ഥാനം വെച്ച് പെരുണ്ണാൻ നിവൃത്തിക്കാനാവുമോന്നൊരു സംശ്യംണ്ട്."

എഴുത്തശ്ശൻ ഇരുകൈകളും പിന്നോട്ട് ചായ്ച്ച് ഇരുന്നു.

ഊരാളന്മാരും കാരണോന്മാരും കുടിക്കൊണ്ടവരും പരസ്പരം നോക്കി.

തെക്ക് കോരപ്പുഴക്കും വടക്ക് ചന്ദ്രഗിരിപ്പുഴക്കുമിടയിൽ കതിവനൂർവീരൻ ദൈവത്തെ കെട്ടിയാടാൻ ഒതേനപെരുവണ്ണാനോളം പെരുമയും പ്രാപ്തിയും മറ്റാർക്കുമില്ല.

"അടിയൻ."

വലതുകൈയുടെ നാലുവിരലുകൾ നിവർത്തി തള്ളവിരൽ ചരിച്ചു വായ്ക്കു നേരെ പിടിച്ചു പതുക്കെ ഒതേനപെരുവണ്ണാൻ എഴുന്നേറ്റു.

പതിഞ്ഞ സ്വരത്തിൽ പറഞ്ഞു, "അടിയനും ഒരു സംശിണ്ട്. നടൂന്യിടെയായി സുകൂല്ല. അടിയനെ കൊണ്ട് ഇക്കൊല്ലം നിവൃത്തിക്കാനാവ്വോന്നൊരു[3] തോന്നലുണ്ട്. ദൈവജ്ഞൻ ചൊല്ല്യത് നേരന്ന്യാ."

എഴുത്തശ്ശന്റെ മുഖത്ത് അഭിമാനവും ആഹ്ലാദവും.

ഊരാളന്മാർക്കും കഴകക്കാർക്കും സമ്പ്രദായികൾക്കും മ്ലാനത.

കൂടിക്കൊണ്ടുനിന്നവരും ആകാംക്ഷയോടെ എഴുത്തശ്ശനെ നോക്കി.

എഴുത്തശ്ശൻ പായയിൽ നിവർന്നിരുന്നു.

"അല്ലെങ്കിലാരെയെങ്കിലും ക്ഷണിച്ചു വരുത്തി കൊണ്ടർണം."

പള്ളിയറയ്ക്കു മുന്നിൽത്തന്നെ ഇരിക്കുകയായിരുന്ന അപ്പകോമരം എഴുന്നേറ്റു. എല്ലാവരെയും നോക്കി.

പിന്നീട് എല്ലാവരും കേൾക്കെ ഉച്ചത്തിൽ പറഞ്ഞു, "ഇക്കൊല്ലത്തെ ദൈവം പെരുണ്ണാന്റെ മോൻ നിവൃത്തിക്കട്ടെ."

പള്ളിയറ മുറ്റത്തെ വിശേഷങ്ങളറിയാൻ അച്ഛന്റെ കൂടെ വന്ന കുഞ്ഞൂട്ടി അത്ഭുതം പുറത്തേക്ക് തള്ളിയ കണ്ണുകളോടെ അച്ഛന്റെ മുഖത്തേക്കു നോക്കി.

നിരാശ കലർന്ന എന്നാൽ ഗാംഭീര്യം ഒട്ടും ചോരാത്ത മുഖത്ത് ഒരു ഗൂഢസ്മിതം മിന്നിമറയുന്നത് കണ്ടു.

പെട്ടെന്ന് ചിരി മാഞ്ഞ മുഖത്ത് സംശയത്തിന്റെ നിഴൽ മങ്ങലേൽപ്പിച്ചുകൊണ്ട് മിന്നി മറയുന്നതിനിടയിൽ തന്നെ നോക്കിയോ എന്നൊരു സംശയം.

ഒതേന പെരുവണ്ണാൻ അപ്പകോമരത്തിനടുത്തേക്ക് നീങ്ങി പതുക്കെ പറഞ്ഞു.

"അട്യനോട് പൊറുക്കണം. തർക്കുത്തരം പറയുന്നൂന്ന് തോന്നറ്. മുപ്പത്തൈവരിലും[4] കേമത്തമാർന്ന കതിവനൂർവീരന്റെ കോലം ചെക്കനെ കൊണ്ടാവൂലാന്നൊരു ഭയം അടൃനുണ്ട്."

സദസ്സ് നിശ്ശബ്ദമായി പെരുവണ്ണാൻ പറയുന്നത് ശ്രദ്ധിച്ചു.

കഴകക്കാരും ഊരാളന്മാരും അപ്പകോമരത്തിന്റെ അടുത്തേക്ക് ചേർന്നിരുന്നു.

പെരുവണ്ണാൻ തുടർന്നു, "താളങ്ങളും താളക്രമങ്ങളും വാക്കുകളും വാക് ചാലുകളും മാത്രോല്ല കലാശത്തിലെ വാൾവലി, അടിവാൾ, കൊത്തൽ, വലിഞ്ഞുകൊത്തൽ തുടങ്ങിയ അഭ്യാസമുറകളോടെ ഒരു പാടൊപ്പിക്കേണ്ട കോലാണ് കതിവനൂർവീരൻ. ഇവന്റെ വയസ്സോ മീനത്തില് പതിനാല്."

ചങ്ങലവട്ടയെടുത്ത് അപ്പകോമരം വിളക്കിനടുത്തേക്ക് നീങ്ങി. വിളക്കിലേക്ക് എണ്ണ കോരിയൊഴിച്ചു. ചങ്ങലവട്ട നിലത്തു വെക്കാതെ തന്നെ ഒതേനപെരുവണ്ണാനെ നോക്കിക്കൊണ്ട് പറഞ്ഞു.

"പന്ത്രണ്ടാംവയസ്സിൽ ആചാരപ്പെട്ട[5] പെരുണ്ണാന്റെ മോനല്ലേ? മനസ്സ് തെളിഞ്ഞ് അനുഗ്രഹിച്ച് കൂടെ നിന്നാ മതി. പൂക്കട്ടി ഇവൻ തലയിലേറ്റും."

"എന്നാൽ എഴുത്തശ്ശൻ കുഞ്ഞൂട്ടിയുടെ പേരിൽ ഒഴിവുനോക്കട്ടെ."

എഴുത്തശ്ശൻ തിരുനടയിലേക്ക് നോക്കി തൊഴുതു. കവിടി വാരി പ്രാർത്ഥിച്ചു - നിരത്തി.

കവിടി നിരത്തിയ എഴുത്തശ്ശന്റെ മുഖത്ത് തെളിച്ചം.

"എല്ലാം ഒരുപോലെ തെളിഞ്ഞിരിക്കുന്നു. ദൈവം ഇഷ്ടസ്ഥാനത്ത്. ഇനി കലാശം ഒപ്പിച്ചില്ലെങ്കിൽ കൂടി കുഞ്ഞൂട്ടി പൂക്കട്ടി മുടി ശിരസ്സിലേറ്റി നിന്നാൽ മതീന്നാ ദൈവേച്ഛ."

എല്ലാവരുടെയും മുഖത്ത് പ്രകാശം.

ഒതേനപെരുവണ്ണാന്റെ കണ്ണിൽ ആനന്ദാശ്രുക്കൾ.

സ്തബ്ധമുഖനായി കുഞ്ഞൂട്ടി പള്ളിയറ നോക്കി തൊഴുതു. ഊരാളന്മാരും കാർന്നോന്മാരും കുഞ്ഞൂട്ടിയുടെ അടുത്തെത്തി അനുഗ്രഹിച്ചു. കുഞ്ഞൂട്ടി എല്ലാവരുടെയും കാലിൽ തൊട്ടു വണങ്ങി.

ഒതേനപെരുവണ്ണാന്റെ മനസ്സിലൂടെ കുഞ്ഞൂട്ടിയുടെ ഒന്നാംപിറന്നാൾദിനം മിന്നിമാഞ്ഞു.

കുഞ്ഞൂട്ടിയുടെ ഒന്നാംപിറന്നാളായതിനാൽ 'വയൽത്തിറ[6]' കഴിഞ്ഞ് ധൃതിയിൽ വീട്ടിലെത്തിയപ്പോൾ കണ്ടത് ചായില്യം തൊട്ട് മുഖത്ത് തേക്കുന്ന കുഞ്ഞൂട്ടിയെയാണ്.

അടുത്തിരുന്ന ചിരുതയെ നോക്കി പെരുവണ്ണാൻ പറഞ്ഞു,

"ന്റെ ചിരുതേ ഇവനെന്റെ പാരമ്പര്യം കാക്കും."

വർദ്ധിച്ചൊരു അഭിമാനത്തിന്റെ സ്വരമായിരുന്നു അത്.

"ഇങ്ങളെ വെശമം ഇതോടെ തീർന്നല്ലോ. അതുമതി."

അന്നോളം ഒതേനപെരുവണ്ണാന്റെ ഉള്ളിലെ ദുഃഖമായിരുന്നു, തനിക്കുശേഷം ആരാണീ പാരമ്പര്യം നിലനിർത്തുകയെന്നത്. മൂത്ത കുട്ടികൾ രണ്ടും പെണ്ണായിരുന്നു. തന്റെ പാരമ്പര്യം നില നിർത്താനൊരു ആൺകുട്ടിയെ കിട്ടാൻ നാട്ടുപരദേവതയ്ക്ക് നേർച്ചകളൊരുപാട് നേർന്നതിന്റെ ഫലമായാണ് അല്പ കാലതാമസത്തിനുശേഷം കുഞ്ഞൂട്ടി പിറന്നത്.

---

[1] നാനാജാതി വ്യവസ്ഥയിൽ സ്ഥാനത്തിനൊത്തുള്ള മൂപ്പിളപ്പ് ഊരാളന്മാർ - കാവിന്റെ അവകാശികൾ.

[2] രാശി അറിയുക

[3] കോലം കെട്ടിയാടുക

[4] തെയ്യങ്ങൾ സ്മരിക്കാറുള്ള മുപ്പത്തിയഞ്ച് പ്രധാന ദേവതമാർ.

[5] തെയ്യം കെട്ടുന്നവർക്ക് കൊടുക്കുന്ന സ്ഥാനപ്പേര് ലഭിക്കുന്ന സന്ദർഭം.

[6] കൊയ്ത്തു കഴിഞ്ഞ പാടത്തിൽ വഴിപാടായി നടത്തപ്പെടുന്ന തെയ്യം.

ആറ്

കതിവനൂർവീരൻ കെട്ടാൻ ഓനെ കൊണ്ടാവ്വോ?"

പട്ടുവത്തെ വിശേഷങ്ങൾ കേട്ട ചിരുതേയ് ഒതേനപെരുവണ്ണാനോട് തന്റെ സംശയം ചോദിച്ചു.

പാഞ്ചുവേച്ചിയുടെ അടുത്തിരുന്ന് കേൾക്കെ കുഞ്ഞൂട്ടിക്കും ആ സംശയമുദിച്ചു. ഒരു തികഞ്ഞ യോദ്ധാവാണ് മന്ദപ്പനെന്ന കതിവനൂർ ദൈവമെന്ന് പലവുരു അച്ഛൻ പറഞ്ഞുകേട്ടിട്ടുണ്ട്. അച്ഛൻ കോലം കെട്ടി അഭ്യാസമുറകളുരുക്കഴിക്കുന്നതു കണ്ട് കൂടെയുള്ളവരെപോലെ താനും അതിശയിച്ചിട്ടുണ്ട്. ഞാനാണെങ്കിൽ ഇതിനുമുന്നെ മറ്റു കോലങ്ങളൊന്നും കെട്ടിയിട്ടില്ല. ആകെയുള്ളൊരു മുൻ പരിചയം രണ്ടാം ക്ലാസിൽ പഠിക്കുമ്പോൾ കർക്കിടകത്തിൽ 'ആടി[1]' കെട്ടിയതു മാത്രമാണ്.

കോരിച്ചൊരിയുന്ന പെരുമഴ കർക്കിടകത്തിലെ വറുതിയകറ്റി ഐശ്വര്യം നൽകുന്ന 'ആടിവേടൻ' കെട്ടണമെന്ന് അച്ഛൻ പറഞ്ഞ ദിവസം സന്തോഷംകൊണ്ട് ഉറക്കംപോലുമുണ്ടായില്ല.

അമ്മയുടെ പഴയ ചേലപുതപ്പിനുള്ളിൽ നേരം പുലരുവാൻ കാത്തിരുന്ന രാത്രിയുടെ ദൈർഘ്യം ഓർമ്മയിൽ നിറഞ്ഞു. കോരിച്ചൊരിയുന്ന മഴയിലും കൊടുംതണുപ്പിലും നാളെ കെട്ടിയാടാൻ പോകുന്ന 'ആടി'യെക്കുറിച്ച് മാത്രമായിരുന്നു ചിന്ത.

അതിരാവിലെ അച്ഛനുണരുമ്പോൾ തന്നെയെഴുന്നേറ്റു.

"വേം പോയി പല്ലുതേച്ച് കുളിച്ചു വാ മോനേ."

കിണറ്റിൻകരയിലേക്കോടി പല്ലുതേച്ച് മുഖം കഴുകി കുളിച്ചു വന്നയുടൻ അച്ഛൻ മുന്നിലിരുത്തി 'പത്തികീറ്റ്[2]' പുള്ളിയെഴുതി. ശിരസ്സിൽ ഓംകാരമുടി വെച്ചു. നെഞ്ച് മറയുന്ന കൊരലാരം[3] കഴുത്തിലണിയിച്ചശേഷം ചുവപ്പ് പട്ടുടുപ്പിച്ചു. കെട്ടിക്കഴിഞ്ഞതിനുശേഷം അച്ഛൻ ദർപ്പണം കയ്യിൽ തന്നു. മുകുരദർശനം ചെയ്തപ്പോൾ ആകെയുണർന്നു. ഞാനും തെയ്യമായിരിക്കുന്നു!

പെരുമഴയത്ത് ഓലക്കുടയും ചൂടി തൃച്ചംബരത്തപ്പന്റെ നടയിൽ

തൊഴുതു. അച്ഛനുയർത്തിയ വാദ്യത്തോടൊപ്പം ചുവടുവച്ച് വണങ്ങി. പിന്നീട് വയലിനപ്പുറത്തുള്ള ഇടവലത്തില്ലത്തേക്ക് ചെന്നു.

പള്ളിക്കൂടത്തിൽ കൂടെ പഠിക്കുന്ന ചങ്ങാതി കുബേരന്റെ ഇല്ലത്തിന്റെ പടിപ്പുര കയറുമ്പോൾ പടിഞ്ഞാറ്റയിൽ വിളക്ക് കത്തുന്നുണ്ടായിരുന്നു.

വീക്കുചെണ്ടയുടെ താളത്തിൽ അച്ഛൻ കിരാതം കഥ തോറ്റംപാട്ടായി ചൊല്ലുമ്പോൾ കയ്യിലെ മണി കിലുക്കി വാദ്യത്തിനൊപ്പിച്ച് ആടാൻ തുടങ്ങി. ഇടയ്ക്ക് തെറ്റുന്നുണ്ടോ എന്നറിയുവാനായി അച്ഛന്റെ മുഖത്തു നോക്കുമ്പോൾ ആട്ടത്തിൽ ശ്രദ്ധിക്കാൻ അല്പം ഗൗരവത്തിൽ ആംഗ്യം കാണിച്ചു.

ഇല്ലത്തെ വരാന്തയുടെ അരമതിലിനടുത്ത് നിൽക്കുന്ന കുബേരൻ തന്നെ നോക്കി ചിരിക്കുന്നുണ്ട്. ആദ്യമൊന്നും അത് വകവെക്കാതെ ആട്ടത്തിൽ ശ്രദ്ധിച്ചു. ഇനി അവനെ വക വെക്കാത്തതിന് ഇല്ലത്തുനിന്നും കൊണ്ടുവരുന്ന അപ്പം തരാതിരുന്നാലോ എന്ന ചിന്ത മനസ്സിലേക്ക് കടന്നുവന്നപ്പോൾ അവനെ നോക്കി ചിരിച്ചു.

അതുകണ്ട നിമിഷത്തിൽ അച്ഛൻ കണ്ണുമിഴിച്ചു.

ആട്ടത്തിനവസാനം ഇല്ലത്തമ്മ പടിഞ്ഞാറ്റയകത്തുനിന്നും കത്തുന്ന ദീപത്തിനു താഴെ ഒരുക്കിവെച്ച 'കുരുതി[4]' ഉഴിഞ്ഞ്, ഒരു തിരി കത്തിച്ച് നലത്തു വെച്ച് 'ജ്യേഷ്ഠ' യെ അകറ്റിയെന്ന സങ്കല്പത്തോടെ കമിഴ്ത്തി.

ആദ്യ തെയ്യാനുഭവം അതായിരുന്നു.

കോരിച്ചൊരിയുന്ന മഴയത്തെഴുന്നേറ്റ് കുളിച്ച് മുഖത്തെഴുതി അണിയലുകൾ വച്ചുകെട്ടി മഴനനഞ്ഞുള്ള നടത്തം.

കുട്ടികൾക്ക് അസഹ്യമായി തോന്നുന്നതാണെങ്കിലും തനിക്കത് ഒരാസ്വാദനമായിരുന്നു.

മനസ്സിലേക്ക് ആവാഹിച്ച തെയ്യാനുഭവം.

ആടിയാട്ടം നടത്തിയ സ്മരണകൾ വിതറിയ മുറ്റങ്ങൾ മനസ്സിലൂടെ മിന്നിമറഞ്ഞു.

ഏഴാമത്തെ വയസ്സിൽ കളരിയഭ്യാസം പഠിക്കാൻ ആശാൻ അഴീക്കോട് അമ്പു പെരുവണ്ണാന്റെ കളരിയിൽ ചേർത്തിരുന്നു.

മഴക്കാലത്ത് ചവിട്ടിതടവലിന്റെ ശരീരവേദന ഇപ്പോഴും തങ്ങി നിൽക്കുന്നു. മട്ടല് ചെത്തി മിനുക്കി 'താരി'യുണ്ടാക്കി വാൾപയറ്റും കുറച്ചൊക്കെ പഠിപ്പിച്ചിരുന്നു. കൂടാതെ പണ്ഡിതരത്നം പരയങ്ങാടൻ ആചാര്യന്റെയടുത്തുനിന്ന് സംസ്കൃതം പഠിക്കുവാനും ഉത്സാഹിച്ചു.

ഒമ്പതുവയസ്സുമുതൽ കളിയാട്ടമുറ്റങ്ങളിലും വയൽതിറകളിലും തോറ്റങ്ങൾ ഏറ്റുപാടി അച്ഛനും കൂട്ടാളികൾക്കും തുണപോകാൻ തുടങ്ങി.

തോറ്റം പാടി പഠിക്കുന്നതിനോടൊപ്പം സിദ്ധരൂപവും അമരകോശവും ഹൃദിസ്ഥമാക്കി. അച്ഛൻ പഠിപ്പിക്കുന്ന തോറ്റങ്ങൾ മനഃപാഠമാക്കുന്നതിൽ പ്രത്യേകം ഉത്സാഹിച്ചു.

ചെറുപ്രായത്തിൽ ഇത്രയും തോറ്റങ്ങൾ ഹൃദിസ്ഥമാക്കിയതുകൊണ്ടാവാം കൂടികൊണ്ട ജനങ്ങൾ മനസ്സറിഞ്ഞ് ആരാധനയോടെ കു ഞ്ഞൂട്ടിയെ ശ്രദ്ധിക്കാൻ തുടങ്ങിയത്.

“എന്നാലും കുട്ട്യോൾക്ക് പറ്റുന്ന ചെറുകോലങ്ങളോ വെള്ളാട്ടോ കയിപ്പിക്കാത്ത കുഞ്ഞൂട്ടിക്ക് ഇരുത്തം വന്നോര് നിവൃത്തിക്കേണ്ട കതിവനൂർവീരൻ ദൈവം കെട്ടാനാവ്വോ ന്റെ ദൈവങ്ങളെ.”

ചിരുതയുടെ സംശയം കൂടികൊണ്ടു വന്നു.

“ഓനെ കൊണ്ടതു നിവൃത്തിക്കാനാവും.”

പെട്ടെന്നുണർന്നെണീറ്റതുപോലെ അച്ഛൻ പറഞ്ഞു.

അച്ഛന്റെ ദൃഢസ്വരങ്ങൾ കേട്ടപ്പോൾ ഏച്ചിമാരോടൊപ്പം താനും അമ്പരന്നു.

“അഭ്യാസമൊക്കെ കൊറച്ചൊക്കെ ഓനറിയാലോ. ഇനിയും സമയമുണ്ടല്ലോ. ഒക്കെ ഒന്നു തരാക്കി പഠിപ്പിക്കണം. അമ്പു പെരുണ്ണാനെ അറിയിക്കണം. ഏട്ടനീം വിളിക്കാം. ഓറുടെ ശിക്ഷണത്തില് കുഞ്ഞൂട്ടി പരിചയിക്കട്ടെ.”

“അതെ.”

അമ്മയുടെ മുഖത്തൊരു ആശ്വാസച്ചിരി വിടർന്നു. കുഞ്ഞൂട്ടിയുടെ മുഖത്ത് ഗൗരവപൂർണ്ണമായൊരു പുഞ്ചിരി തെളിഞ്ഞു.

പിന്നീടുള്ള ദിവസങ്ങൾ പരിശീലനങ്ങളുടെതായിരുന്നു. അത്യധികം ആവേശത്തോടെയും കഠിനപ്രയത്നങ്ങളോടെയും കടന്നുപോയ ദിനങ്ങൾ. കളരി കായിക വിദ്യകളായിരുന്നു ആദ്യം ആരംഭിച്ചത്.

“താരി പതിനെട്ടും പയറ്റിത്തെളിയണം.”

കളരിയിലെത്തിയ ദിവസംതന്നെ ആശാനോട് അച്ഛൻ പറഞ്ഞു.

“മെയ്ത്തൊഴിൽ, കോൽത്താരി, അങ്കത്താരി, വെറും കൈ ഒക്കെ പഠിപ്പിക്കാം കുഞ്ഞൂട്ടിയെ.”

ആശാൻ അമ്പുപെരുവണ്ണാൻ കുഞ്ഞൂട്ടിയുടെ ചുമലിൽ തട്ടിക്കൊണ്ട് അച്ഛന് വാക്കുകൊടുത്തു. പറഞ്ഞ വാക്കുപോലെ തന്നെ ആശാൻ ആയോധന കലാപഠനത്തിൽ തന്നെ ആദ്യം പരിശീലനം ആരംഭിച്ചു. കോൽപയറ്റിൽ തുടങ്ങി വാൾ, പരിച, കടുത്തില, ചുരിക തുടങ്ങി കളരിയായുധങ്ങളൊക്കെ കുഞ്ഞൂട്ടിയുടെ കൈയിൽ കളിപ്പാട്ടങ്ങൾ പോലെ വഴങ്ങി.

“ദൈവങ്ങളിൽ പലരും വീരയോദ്ധാക്കളാണ്. നീ കെട്ടാൻ പോകുന്ന തെയ്യം എല്ലാം തികഞ്ഞ വീരനാണ്. ചോറുണ്ണുന്ന നേരം പട

വിളി കേട്ടപ്പോൾ ഉണ്ണാതെ ദൃഢനിശ്ചയത്തോടെ പടയ്ക്കു പോയ മന്ദപ്പനാണ് കതിവനൂർ വീരൻ ദൈവായത്."

അച്ഛൻ ഇടയ്ക്കിടെ ഓർമ്മിപ്പിക്കും.

അച്ഛന്റെ വാക്കുകൾ കുഞ്ഞൂട്ടിയുടെ കാതുകളിൽ നിത്യസ്പന്ദങ്ങളാകുന്ന രാത്രികളിൽ യോദ്ധാക്കളായ ദൈവങ്ങൾ ശിരസ്സിൽ പരിചമേൽ താരിയണച്ചനുഗ്രഹിച്ചു.

പടവീരന്മാർ തുണച്ചതുകൊണ്ടാവാം ആശാൻ ഒരുതവണ കാണിച്ച വിദ്യകളുടെ മറുവിദ്യകൾ കുഞ്ഞൂട്ടി തിരിച്ചുകാണിച്ചു. വാൾപയറ്റും ചുരികയും അതിവേഗത്തിൽ സ്വായത്തമാക്കി. ചെറുപ്രായത്തിൽ കുഞ്ഞൂട്ടി പ്രകടിപ്പിച്ച ക്ഷമാശീലവും അർപ്പണബോധവും കണ്ട ആശാൻ അതിശയിച്ചു. രാത്രിയോ പകലോ ഭേദമില്ലാതെയുള്ള പരിശീലനത്തിൽ അടവുകളോരോന്നും കുഞ്ഞൂട്ടിയുടെ കയ്യിൽ ഭദ്രമായി. കളിച്ചുനടക്കേണ്ട ബാല്യത്തെ പരിശീലനക്കളരിയിൽ പൂർണ്ണമായും സമർപ്പിച്ച മകനെയോർത്ത് ഒതേന പെരുവണ്ണാൻ ഹർഷപുളകിതനായി. കളരിയിലെ വൈഭവം വിവരിച്ചുകേൾക്കുമ്പോൾ ചിരുതയുടെ കണ്ണുകൾ ആനന്ദത്താൽ നിറഞ്ഞൊഴുകി.

കോലം നിവൃത്തിക്കാൻ വേണ്ടതിലും കൂടുതൽ അഭ്യാസമുറകൾ കുഞ്ഞൂട്ടി അതിവേഗം കൈവരിച്ചതു കണ്ട ആശാനും അച്ഛനും മാത്രമല്ല ഊരാളന്മാരും കാര്യക്കാരും അതിരറ്റ് സന്തോഷിച്ചു.

നട്ടു നനച്ചേടത്ത് ഭാഗ്യം വിളയിക്കുന്ന ദൈവാനുഗ്രഹത്തിനായി ചിരുതേയി വ്രതങ്ങൾ നോറ്റു.

തട്ടുനിലയും സമ്പ്രദായങ്ങളും പാലിക്കുന്ന നാനാജാതി മുഖ്യസ്ഥന്മാർ സഹായഹസ്തങ്ങളുമായി പെരുവണ്ണാന്റെ വീട്ടിൽ പലതവണ കയറിയിറങ്ങി.

"തുലാംപത്തിന് തന്നെ അടയാളം[5] വാങ്ങിച്ചൂടെ?"

ഒരുനാൾ വീട്ടിലെത്തി കാര്യങ്ങൾ ബോധ്യപ്പെട്ട അപ്പകോമരം ചോദിച്ചു.

ഒരു സംശയവും കൂടാതെ ഒതേനപെരുവണ്ണാൻ പറഞ്ഞു,

"അടിയൻ...ആവാം."

കാര്യക്കാരും മുഖ്യസ്ഥരും അപ്പകോമരത്തോടൊപ്പം സന്തോഷത്തോടെ പടിയിറങ്ങി.

"ഇനി തോറ്റം പഠിക്കാൻ തൊടങ്ങണം. കൊറച്ചൊക്കെ കുഞ്ഞൂട്ടിക്കറിയാലോ."

"അറിയാം." കുഞ്ഞൂട്ടി പതിഞ്ഞ സ്വരത്തിൽ പറഞ്ഞു.

"തോറ്റം കാണാണ്ട് പഠിച്ചതോണ്ടായില്ല. ആശയങ്ങൾ ഉള്ളിലേക്കിറങ്ങിചെല്ലണം. തോറ്റത്തിലൂടെ ദൈവത്തിന്റെ ചരിത്രത്തിലേക്ക്

കണ്ണും മനസ്സുമെത്തണം. അല്ലാതെ ഇക്കാലത്തുള്ളവരെപ്പോലെ കൊറച്ച് കേട്ടുപഠിച്ച് പാടിയൊപ്പിക്കലാവരുത്."

അച്ഛൻ തോറ്റങ്ങളുടെ മഹത്വം വിവരിച്ചുകൊണ്ടിരിക്കുന്നത് ശ്രദ്ധിക്കാനാതാവെ കുഞ്ഞൂട്ടി തനിക്കറിയാവുന്ന തോറ്റങ്ങളിലൂടെ കതിവനൂർവീരൻ ദൈവത്തിന്റെ പൂർവ്വജന്മത്തിലേക്കിറങ്ങി.

---

[1] ചെറുതെയ്യങ്ങൾ. കിരാതംകഥയിലെ അർജ്ജുനനും കാട്ടാളവേഷത്തിലുള്ള ശിവനും തമ്മിലുള്ള യുദ്ധവും മറ്റും പ്രതിപാദിക്കുന്ന തോറ്റങ്ങളുമായി കർക്കിടകമാസത്തിൽ എല്ലാ വീട്ടിലും ചെന്ന് കലാശമാടുന്ന ഒരു ചെറു തെയ്യക്കോലം.

[2] ആടിവേഷത്തിനുള്ള മുഖത്തെഴുത്ത്

[3] കഴുത്തുമുതൽ നെഞ്ചുവരെ മറയ്ക്കുന്ന ആഭരണം.

[4] ഗുരുതി

[5] തെയ്യം കെട്ടുവാനുള്ള അധികാരം ദക്ഷിണയോടൊപ്പം നൽകുന്ന ചടങ്ങ്.

മന്ദപ്പൻ

ഏഴ്

മാങ്ങാട് മേത്തളിയില്ലത്ത് കുമരച്ചനും പരക്കയില്ലത്ത് ചക്കിക്കും സന്താനലബ്ധിക്കായി നടത്തുന്ന പൂജകളും വഴിപാടുകളും ഏറിയേറി വരികയല്ലാതെ ഫലമുണ്ടായതേയില്ല. ഒരു കുഞ്ഞിനെ താലോലിക്കുവാനുള്ള ആഗ്രഹം ചക്കിയിൽ നാൾക്കുനാൾ ഏറിവന്നു. നിരാശമാത്രം നൽകിയ വഴിപാടുകളും പ്രാർത്ഥനകളും ഋതുഭേദങ്ങൾക്കൊപ്പം ഫലം തരാതെ സഞ്ചരിച്ചു. കാലചക്രത്തിന്റെ പ്രദക്ഷിണത്തിൽ വഴിപാടുകളും ക്ഷേത്രായനങ്ങളും സങ്കടപ്പുഴയായൊഴുകി.

തളിപ്പറമ്പത്തപ്പനെ തൊഴുതുമടങ്ങവെ ഒരു സന്ധ്യയിൽ പൂന്തോട്ടത്തില്ലം തിരുമേനി ചുഴലിഭഗവതിയുടെ നടയിൽ സന്താനലബ്ധിക്കായി ഭജനമിരിക്കുവാൻ കുമരച്ചനോട് ഉപദേശിച്ചു.

അതിന് മുന്നോടിയായി എരിഞ്ഞിക്കൽ ഭഗവതിയുടെ തിരുനടയിൽ കാണിക്കയർപ്പിക്കുവാനും തളിയിലപ്പന് ക്ഷീരധാരയും വഴിപാട് സമർപ്പിക്കുവാൻ ഓർമ്മിപ്പിച്ചു.

എരിഞ്ഞിക്കൽ ഭഗവതിയെ തൊഴുത് തളിയിലപ്പന് ക്ഷീരധാരയും ചെയ്ത് ചക്കിയെയും കൂട്ടി ചുഴലിഭഗവതിയുടെ തിരുനടയിൽ കുമരച്ചൻ ഭജനമിരുന്നു. നാല്പത് കഴിഞ്ഞ് നാല്പത്തിയൊന്നാംദിവസം സൂര്യോദയത്തിന് രണ്ട്നാഴിക മുന്നെ കുമരച്ചന് ദിവ്യമായൊരു സ്വപ്നദർശനമുണ്ടായി. ഭൂമിയിലെ അസുരപ്പടയെ നിഗ്രഹിച്ചില്ലായ്മ ചെയ്യുവാനായി ദിവ്യതേജസ്സുള്ളൊരു ഗന്ധർവ്വൻ ചക്കിയുടെ ഗർഭത്തിൽ മനുഷ്യാവതാരമെടുത്തതായിട്ട്.

സൂര്യോദയത്തിന് മുന്നെയുള്ള സ്വപ്നദർശനം സാഫല്യമാകും വിധം ദേവാംശഭൂതമായൊരു ദിവ്യതേജസ്സാർന്ന ഒരാൺകുഞ്ഞിന് ചക്കി ജന്മം നൽകി. ഭൂമിയിലെ അസുരപ്പടയുടെ നിഗ്രഹാർത്ഥം ഒരു ഗന്ധർവ്വൻ ഭൂലോകത്ത് ജന്മമെടുത്തുവെന്ന് കുമരച്ചന് അന്നേദിവസം അരുളപ്പാടുപോലെ തോന്നി.

പ്രപഞ്ചമാതാവ് ചുഴലിഭഗവതിക്ക് പ്രപഞ്ച പരിപാലനത്തിന് ആദരാലൊരു ബാലകൻ വേണമെന്ന് പെരുമാളെ ധരിപ്പിച്ചപ്പോൾ അനു

ഗ്രഹത്താലീ ബാലകൻ പിറന്നിരിക്കുന്നെന്ന് പൂന്തോട്ടത്തില്ലം തിരുമേനി കുമരച്ചനെ ധരിപ്പിച്ചു. പെരുമാളീശ്വരന്റെ കല്പനയാൽ ചുഴലിമാതാവിന്റെ പരിപാലനത്തിനായാണ് എൻമകൻ ജനിച്ചതെന്ന സത്യം നിറകണ്ണുകളോടെ കുമരച്ചൻ കേട്ടുനിന്നു. പ്രാർത്ഥനകളും വഴിപാടുകളുമായി സങ്കടപ്പുഴ നീന്തി കയറിയപ്പോൾ ആനന്ദത്തിന്റെ രമ്യഗോപുരം തെളിഞ്ഞുകണ്ട കുമരച്ചൻ പുളകിതനായി.

ഭൂലോകം വാഴും മനുഷ്യരുടെ രക്ഷയ്ക്കായി ചുഴലിയിൽ വാഴും മഹാകാളിതൻ പുത്രൻ പരക്കയില്ലത്ത് ചക്കിയിൽ ജന്മംകൊണ്ടത് മാങ്ങാട് ദേശം വാഴും നാടുവാഴിക്കും ശേഷമുള്ളവർക്കും ഒരുപോലെ ആശ്ചര്യവും അസൂയയും ജനിച്ചു.

ചക്കിയുടെ പ്രസവം മുതൽ പത്തുനാൾ ദിവസം വാലായ്മയുടെ അശുദ്ധം കഴിഞ്ഞ് പൂന്തോട്ടം തിരുമേനിയെ ചെന്നു കണ്ട് കുട്ടിയുടെ ജാതകം എഴുതിച്ചു. ചക്കി പ്രസവിച്ച സമയം ഏറ്റവും ശുഭമായ ഉത്തരായണത്തിലെ ചൈത്രമാസം വെളുത്ത പക്ഷം പന്ത്രണ്ടാംദിവസം മകം നക്ഷത്രദിനം അഭിജിത്ത് കാലമാണെന്നറിഞ്ഞ കുമരച്ചന്റെ ഉള്ളം വർദ്ധിച്ച സന്തോഷത്താൽ ആറാടി.

കുട്ടിയുടെ നാമകരണകർമ്മം നിർവ്വഹിക്കുവാനുള്ള ശുഭമുഹൂർത്തം തിരുമേനി നിശ്ചയിച്ചു. ഇരുപത്തിയെട്ടാംനാൾ വ്യാഴാഴ്ച ഉത്തമ മുഹൂർത്തം കുറിച്ചുകൊടുത്ത തിരുമേനി അന്നേദിവസം മേത്തളിയില്ലത്ത് നാമകരണം നടത്താൻ എത്തിച്ചേരാമെന്ന് കുമരച്ചന് വാക്കുകൊടുത്തു.

വൈകി പിറന്ന മകന്റെ സത്ഗുണങ്ങളും ചുഴലിഭഗവതിയുടെ കാരുണ്യവും തിരുമേനിയിൽനിന്നും കേട്ട കുമരച്ചൻ ചുഴലി ഭഗവതിയെ മനസ്സാ വണങ്ങി. നാമകരണം നടത്തുന്ന ശുഭമുഹൂർത്തത്തിൽ തിരുമേനി എത്തുമെന്ന വിവരം കേട്ട ചക്കിയുടെ സത്വഗുണം കൂടുതൽ പ്രകാശിക്കുകയും മനസ്സിന് ആഹ്ലാദം സിദ്ധിച്ച് ഉത്സാഹഭരിതയാവുകയും ചെയ്തു.

ഇരുപത്തിയെട്ടാംനാൾ നടത്തുവാനുള്ള നാമകരണചടങ്ങിന് കുമരച്ചൻ ക്ഷണപത്രം എഴുതിച്ചു. ക്ഷണപത്രം അയക്കുവാൻ തുടങ്ങുന്നതിനുമുന്നെ ചക്കിയുടെ നേരാങ്ങള ധാരപ്പനെ ഏഴിനുമീതെ[1] കുടകുനാട്ടിലെ കതിവനൂരിൽനിന്നും വരുത്തി.

കുമരച്ചനും ചക്കിയും ധാരപ്പനും കർമ്മത്തിന് ഒരുക്കിവെക്കേണ്ടുന്ന സാധനങ്ങളുടെ പട്ടിക തയ്യാറാക്കി. കുമരച്ചൻ തന്റെ അനുജൻ രാമച്ചനെ സഹായത്തിനു കൂടെ കൂട്ടി. നാട്ടുപ്രമാണിമാർക്കും കാര്യക്കാർക്കും കുറിമാനം അയക്കുന്നതിനുമുന്നെ ദേശം വാഴും നാടുവാഴിയെ നേരിട്ടുചെന്നു ക്ഷണിച്ചു. അവരവരുടെ പദവിക്കും അന്തസ്സിനും

ചേർന്നവിധം ക്ഷണിക്കുവാൻ കുമരച്ചൻ പ്രത്യേകം ശ്രദ്ധിച്ചു. ഇരുപത്തിയെട്ടാം നാളിനുമുന്നെ തന്നെ മേത്തളിയില്ലം അതികമനീയമായി അലങ്കരിച്ചു. നയനാനന്ദകരമായി നാടുംവീടും പ്രശോഭിതമാക്കി. വീടും പരിസരങ്ങളും അലങ്കാരത്തോടൊപ്പം പരിമളദ്രവ്യം കുടയുകയും ചെയ്തു. ഇരുപത്തിയെട്ടാംനാൾ ക്ഷണിക്കപ്പെട്ട അതിഥികളെയും പ്രമാണികളെയും സ്വീകരിക്കുന്നതിനായി കുമരച്ചനോടൊപ്പം അനുജൻ രാമച്ചനും ഏഴിനുംമീതെ കതിവനൂരിൽ നിന്നെത്തിയ ചക്കിയുടെ നേരാങ്ങള ധാരപ്പനും ഓടിനടന്നു. മംഗളാരതി ഉഴിയുവാൻ പ്രത്യേകം ഒരുങ്ങിവന്ന പെണ്ണുങ്ങളും മുറ്റത്ത് നിറഞ്ഞുനിന്നു.

പൂന്തോട്ടത്തില്ലം തിരുമേനി മേത്തളിയില്ലത്തിന്റെ മുറ്റത്തെത്തിയപ്പോൾ കുമരച്ചൻ ഓടിച്ചെന്ന് സ്വീകരിച്ച് പാദപൂജ ചെയ്ത് യഥാവിധി ആസനസ്ഥനാക്കി. മനോജ്ഞമായി അലങ്കരിച്ച അകത്തളത്തിൽ തിരുമേനി പൂജയ്ക്കൊരുങ്ങി.

ആചമനം ചെയ്ത് കരന്യാസവും ഹൃദയന്യാസവും ചെയ്ത് ദിക്ബന്ധനം ചെയ്ത് തിരുമേനി ദേവതയെ ഉദ്ധ്വസിച്ചു. ഗണപതിപൂജയും പുണ്യാഹവും കഴിഞ്ഞ് സ്വസ്തി സൂക്ത ജപത്തിനുശേഷം തിരുമേനി കുഞ്ഞിനെ മടിയിലിരുത്തി.

സമസ്തഭാഗ്യങ്ങളും ആവാഹിച്ച ഭാഗ്യരത്നത്തെ കൺകുളിർക്കെ നോക്കിക്കൊണ്ട് തിരുമേനി കുമരച്ചനോട് പറഞ്ഞു. ഭാഗ്യം ചെയ്തവർക്കേ ഈ ഉണ്ണിയെ സ്നേഹിക്കാൻ സാധിക്കൂ. ഇവനെ ഉപദ്രവിച്ചവനേയും ചതിച്ചവനേയും ഇവൻ സ്നേഹിക്കും.

ഗുരുവചനം കേട്ട കുമരച്ചൻ തനിക്ക് ജന്മസാഫല്യം കൈവന്നെന്നു കരുതി കൃതാർത്ഥനായി. തിരുമേനിയെ കണ്ട കൗതുകത്താൽ ഉണ്ണിക്കുഞ്ഞിക്കൈകളാൽ തിരുമേനിയുടെ മാറിലും കൈകളിലും പിടിച്ചു വലിക്കാൻ തുടങ്ങിയപ്പോൾ തിരുമേനി സർവ്വരേയും ആനന്ദിപ്പിക്കുന്ന ഈ മകം പിറന്ന മകന് ഞാനിതാ നാമകരണം നടത്തുന്നെന്ന് പറഞ്ഞ് 'മന്ദപ്പൻ' എന്ന് ചെവിയിൽ മൂന്നുരു വിളിച്ചു.

കുമരച്ചനും ചക്കിയും പിന്നെ നേരമ്മാമനും 'മന്ദപ്പൻ' എന്നാവർത്തി വിളിച്ചു.

---

[1] *ഏറ്റവും ഉയർന്ന പ്രദേശം*

എട്ട്

ചക്കിയുടെയും കുമരച്ചന്റെയും മാർത്തടത്തിലൂടെ മുട്ടുകുത്തി യിഴയുന്ന മന്ദപ്പന്റെ പാദത്തിൽ ചാർത്തിയ പൊൻചിലമ്പിന്റെ കിലു ക്കം കേൾക്കാൻ അയൽക്കാരും നാട്ടുകാരും മേത്തളിയില്ലത്തിന്റെ നടു മുറ്റത്തെത്തുക പതിവാക്കിയ ദിവസങ്ങൾ ഒന്നൊന്നായി കഴിഞ്ഞു പോയി.

സ്വച്ഛന്ദം പറക്കുന്ന ചിത്രശലഭത്തെപ്പോൽ മന്ദപ്പന്റെ ചലനങ്ങൾക്ക് വേഗത വർദ്ധിച്ചു. എട്ടാംമാസത്തിൽ മന്ദപ്പൻ നടക്കുവാൻ തുടങ്ങി. കുമരച്ചന്റെയും ചക്കിയുടെയും മനസ്സിൽ നക്ഷത്രങ്ങൾ മിന്നിത്തിള ങ്ങി. മന്ദപ്പന്റെ കുസൃതിത്തരങ്ങൾ കണ്ട് അവർ ആഹ്ലാദിച്ചു.

പശുക്കിടാവിന്റെ ചെവിയിൽ പിടിച്ചുതൂങ്ങുക, അമ്മയുടെ പുത്തൻ പട്ടിനെ ചീന്തി കോണകമാക്കുക തുടങ്ങിയ ചാപല്യങ്ങൾ കലർന്ന ബാലലീലകൾ കണ്ട് ചക്കിയുടെ ഹൃദയം ആനന്ദാതിരേകമായി.

കുമരച്ചനും സാധിക്കുന്ന ദിവസങ്ങളിലൊക്കെയും കുട്ടിയെ ലാ ളിച്ചും ആവശ്യങ്ങൾ ശ്രദ്ധിച്ചും കഴിച്ചുകൂട്ടി. അയൽക്കാരും മറ്റും കളി ക്കുന്ന മന്ദപ്പനെ നോക്കിനിന്ന് അതിയായ ആനന്ദം അനുഭവിക്കുന്നത് ശ്രദ്ധയിൽപ്പെട്ടപ്പോൾ കുട്ടിക്ക് ദൃഷ്ടിദോഷം തട്ടാതിരിക്കുവാൻ വേണ്ട തു ചെയ്യണമെന്ന് പേറ്റിച്ചി നിർബന്ധിച്ചു.

പകലവസാനിച്ചതും രാവുകഴിഞ്ഞതും പ്രഭാതം വിടർന്നതും തിരി ച്ചറിയാതെ ചക്കി എപ്പോഴും മന്ദപ്പന്റെ കാര്യത്തിൽ നിമഗ്നയായി. ഒരു നിമിഷത്തിന്റെ അംശം സമയത്തേക്കുപോലും മകനെ തന്റെ ദൃഷ്ടി യിൽനിന്നും വിട്ടുനിൽക്കുവാൻ ചക്കിക്കു കഴിഞ്ഞില്ല. കുളിക്കുമ്പോഴും തളിയിലമ്പലത്തിൽ ആരാധനയ്ക്കു പോകുമ്പോഴും മനസ്സ് കുട്ടിയിൽ ത്തന്നെയായിരിക്കും. മന്ദപ്പന്റെ കാര്യത്തിൽ കൂടുതൽ ശ്രദ്ധ കൊടു ക്കുവാൻ ചക്കി സ്വന്തം ജോലികൾ തിരക്കിട്ട് ചെയ്തുതീർക്കുവാൻ തുടങ്ങി.

മന്ദപ്പന്റെ ചുരുളൻമുടി ഉണങ്ങാനും സുഗന്ധിയാകുവാനും പരിമ ളധൂപം കൊള്ളിച്ചു. അവനെ തൊട്ടിലിൽ കിടത്തി മധുരമായ ഉറക്കു

പാട്ടുപാടി ആട്ടിയുറക്കി. അവൻ ഉറങ്ങിക്കഴിഞ്ഞാൽമാത്രം ചക്കി അടുക്കളയിലേക്ക് ഭക്ഷണമൊരുക്കുവാൻ പോകും.

കാലചംക്രമണത്തിനൊപ്പം മന്ദപ്പനും വളർന്നു. അഞ്ചാംവയസ്സിൽ കുമരച്ചൻ മന്ദപ്പനെ എഴുത്തിനിരുത്തി. വളർച്ചയ്ക്കനുസരിച്ച് വേണ്ടതെല്ലാം മന്ദപ്പന് സിദ്ധിക്കുവാൻ പ്രത്യേകം ശ്രദ്ധിച്ചു. എഴുത്തശ്ശന്റെ കുടിപള്ളിക്കൂടത്തിൽ ആശാനെ അത്ഭുതപ്പെടുത്തിക്കൊണ്ട് മന്ദപ്പൻ അസാധാരണപാടവം കാണിച്ചു. പ്രായത്തിനതീതമായ വാക്ചാതുര്യം കാണിച്ച മന്ദപ്പന്റെ കൂർമ്മബുദ്ധിയിൽ ആശാൻ അത്ഭുതത്തിന്റെയും അവിശ്വാസത്തിന്റെയും ഇടയിൽ ഞെരുങ്ങി. മുഴുപ്രപഞ്ചവും അവനുചുറ്റും ഭ്രമണം ചെയ്യുന്നതായി ആശാനു തോന്നി. പലപ്പോഴും ശിഷ്യന്റെ പാടവത്തിൽ അതിശയിച്ച് തന്നെപ്പറ്റിയും പരിസരത്തെപ്പറ്റിയും ആശാൻ മറന്നു. മുന്നിൽ വെളിപ്പെട്ടുനിൽക്കുന്ന അതുല്യമായ വിദ്യയുടെ വിശാലദൃശ്യമായ മന്ദപ്പനെ അമ്പരന്ന ദൃഷ്ടികളോടെ മിഴിച്ചു നോക്കിനിന്ന ദിവസങ്ങൾ പതിവുകാഴ്ചകളായി.

അയ്യാമാണ്ടിൽ കൈയെഴുതിയ മന്ദപ്പൻ അതിവേഗം മന്ത്രതന്ത്ര ശസ്ത്രവിദ്യകൾ സായത്തമാക്കി. പത്താംവയസ്സിനുമുന്നെ ആശാൻ കളരിയഭ്യാസം തുടങ്ങാൻ തീരുമാനിച്ചു. വടിപ്പയറ്റ്, വാൾപ്പയറ്റ്, മെയ്വഴക്കം തുടങ്ങിയ അഭ്യാസമുറകൾ എളുപ്പത്തിൽ മന്ദപ്പൻ കൈവരിച്ചു. പന്ത്രണ്ടാംവയസ്സിൽ ചിറ്റമ്പും ചെറുവില്ലും കൈയേറ്റു[1] മന്ദപ്പൻ.

പള്ളിക്കൂടത്തിലും കളരിയിലും ചങ്ങാതിമാരേറെയുണ്ടായി. എണ്ണയാട്ടി വിൽക്കുന്ന ചെട്ടിയുടെ മകൻ കണാരനും തെരുവത്തെ നെയ്ത്തൻ കോരന്റെ മകൻ പൊക്കനും മന്ദപ്പന്റെ ഉറ്റതോഴരായി. മാങ്ങാട് തെരുപറമ്പിൽ ചങ്ങാതിമാരോടൊപ്പം 'ഒറ്റയും കുറിയും' കളി പതിവാക്കിയ ദിനങ്ങളിൽ മന്ദപ്പൻ പലപ്പോഴും വീടും വീട്ടുകാരേയും മറന്നു.

അസ്ത്ര ശസ്ത്ര പ്രയോഗങ്ങളിലെ മന്ദപ്പന്റെ പ്രാവീണ്യം കൂട്ടുകാരെ അത്ഭുതപ്പെടുത്തും. ചില നേരങ്ങളിൽ അവർക്കായി മന്ദപ്പൻ മങ്ങാട് തെരുപറമ്പിൽ അഭ്യാസവിദ്യകൾ പ്രകടിപ്പിച്ചു. ശസ്ത്രാസ്ത്ര പ്രയോഗങ്ങളുടെ പ്രദർശനവും ഒറ്റയും കുറിയും കളികളും തലയ്ക്കു പിടിച്ചപ്പോൾ മന്ദപ്പൻ ക്രമേണ വീട്ടിലൊതുങ്ങി കൂടാതെയായി. അന്തിനേരവും ചിലപ്പോൾ രാവേറെ ചെന്നാലും വീട്ടിലെത്താതായപ്പോൾ കുമരച്ചന് സഹിക്കാനാവാതായി.

പലനാളിങ്ങനെ വീട്ടിലെത്താതായപ്പോൾ കുമരച്ചന് എന്തു ചെയ്യണമെന്നറിയാതെയായി.

കളിച്ചോടി വൈകി വരുമ്പോൾ ജാതകർമ്മസമയത്ത് പൂന്തോട്ടത്തില്ലം തിരുമേനി പറഞ്ഞ നല്ല വാക്കുകൾ പലതും കുമരച്ചൻ മറന്നുപോയി. മകന്റെ നടപ്പും രീതികളും നേരെയല്ലെന്ന് തിരിച്ചറിഞ്ഞ ചക്കി

യുടെ മനമുരുകി. എന്നാലും അരുമമകനെ വഴക്കു പറയാൻ ചക്കിക്കായില്ല.

മാങ്ങാട്ട് തെരുവിനതിർത്തിയിലെ കപ്പാലത്തിനുമപ്പുറം റാക്കുവാറ്റുന്ന കൊട്ടന്റെ ചാളയിൽ ചങ്ങാതിമാരുടെ കൂടെ ഒരുനാൾ ചെന്ന മന്ദപ്പൻ അവർക്ക് കൂട്ടിരുന്നതല്ലാതെ റാക്ക് കുടിച്ചില്ല. നേരം മയ്മ്പാ[2] യപ്പോഴും ലഹരിയിറങ്ങാതെ അവർ കൊട്ടന്റെ ചാളയിൽ തന്നെയിരുന്നു. റാക്കു കുടിക്കാനെത്തിയവർ മേത്തളിയില്ലത്തു കുമരച്ചന്റെ മകൻ മന്ദപ്പനെ കണ്ട് മൂക്കത്തുവിരൽ വെച്ച് അതിശയം പ്രകടിപ്പിച്ചു. കേട്ടവരും കേൾക്കാത്തവരും കണ്ടവരും കാണാത്തവരും ഉള്ളതും ഇല്ലാത്തതും കൂട്ടിയും കുറച്ചും നാടുനീളെ പറഞ്ഞുനടന്നത് കുമരച്ചന്റെ ചെവിയിൽ എത്തിയപ്പോൾ ആളുകൾ അസൂയകൊണ്ടു പറയുന്നതാവും എന്ന് കരുതിയാശ്വസിക്കാൻ ശ്രമിച്ചു.

കണാരന്റെയും പൊക്കന്റെയും കൂടെയും മറ്റു ചങ്ങാതികളോടുമൊത്തും കളികളും അഭ്യാസങ്ങളുമായുള്ള മന്ദപ്പന്റെ ശീലങ്ങളിൽ ചക്കിക്കു മനഃപ്രയാസം കൂടിയപ്പോൾ ചുഴലിഭഗവതിക്കുള്ള വഴിപാടുകൾ തിരുനടയിൽ നാൾക്കുനാൾ ഏറിയേറി വന്നു.

തളിയിലപ്പന് ഇളനീർധാരയും മുറയ്ക്ക് നേർന്നുകൊണ്ടിരുന്ന വഴിപാടുകളിലെ പ്രതീക്ഷ കുറഞ്ഞുകൊണ്ടിരുന്നെങ്കിലും ചക്കിക്ക് സ്നേഹഭാജനമായ തന്റെ പുത്രനിൽ വലിയ കുറ്റങ്ങൾ കണ്ടെത്തുവാനോ ശാസിക്കുവാനോ കഴിഞ്ഞില്ല.

അഭ്യാസപ്രകടനത്തിലും കളിക്കളത്തിലും മന്ദപ്പൻ മറ്റുള്ളവരുടെ പരാതികൾ തീർക്കുന്നതിലും മുന്നിലായിരുന്നു. ചങ്ങാതിമാരുടെ ഏതു പ്രശ്നങ്ങളിലും പരിഹാരനിർദ്ദേശങ്ങളുമായി എന്നും മുന്നിലുള്ള മന്ദപ്പൻ അവരുടെ കണ്ണും കരളുമായി തീർന്നു. മന്ദപ്പന്റെ ഇത്തരം സദ്ഗുണങ്ങളും നാട്ടുകാർക്കിടയിലെ സംസാരവിഷയമായിരുന്നു. ഇത്തരം വാക്കുകൾ കേൾക്കുമ്പോൾ ചക്കിയുടെ മനസ്സ് അലകളടിക്കാത്ത സാഗരംപോലെ ശാന്തമാകും.

സന്ധ്യ കഴിഞ്ഞു ഇരുളുവാൻ തുടങ്ങിയ ആകാശത്തിനുതാഴെ മാങ്ങാടുതെരുവിന്റെ ഓരങ്ങളിൽ കച്ചവടക്കാർ വീട്ടിലേക്കു മടങ്ങുമ്പോഴും മൈതാനത്ത് ഒറ്റയുംകുറിയും കളി മന്ദപ്പനും കൂട്ടുകാരും നിർത്തിയിട്ടുണ്ടാവില്ലെന്ന വിവരം കുമരച്ചനെ വല്ലാതെ അലോസരപ്പെടുത്തും. തെരുവിൽ കനക്കുന്ന ഇരുട്ടിന്റെ നിശ്ശബ്ദത ഭേദിച്ചുള്ള ആർപ്പുവിളികൾ അസ്വസ്ഥതകളുടെ തരംഗങ്ങളായി കുമരച്ചന്റെ മനസ്സിൽ അലയടിച്ചു.

ചങ്ങാതിമാർ പലരും ഏഴിനുമീത്തൽ കുടകുമലകൾ താണ്ടി കച്ചവടത്തിനു പോകാറുള്ളത് മന്ദപ്പനിൽ കൗതുകമുണർത്താറുണ്ടായി

രുന്നു. കുടകുനാട്ടിലെ കതിവനൂരിൽ നേരമ്മാമന്റെ പടിഞ്ഞാറ്റയിൽ പൂജിക്കുന്ന ആയുധങ്ങളെ വന്ദിക്കാൻ പലപ്പോഴും ആഗ്രഹം തോന്നിയിരുന്നു. എന്നാൽ അച്ഛന്റെ കാർക്കശ്യത്തിനുമുന്നിൽ ഒരിക്കൽ പോലും കതിവനൂർക്ക് പോകാനുള്ള ആഗ്രഹം മന്ദപ്പൻ തുറന്നുകാട്ടിയില്ല.

ദിവസങ്ങൾ കടന്നുനീങ്ങവെ കതിവനൂർക്ക് പോകാനുള്ള ആഗ്ര ഹം മന്ദപ്പന്റെ മനസ്സിൽ വർദ്ധിച്ചുവന്നു. അച്ഛൻ സമ്മതിച്ചുകൊണ്ട് കതിവനൂർക്ക് പോകാനാവുമെന്ന് തോന്നുന്നില്ല. വീട്ടിൽനിന്നും ഇറക്കിവിട്ടെങ്കിലല്ലാതെ തന്റെ ആഗ്രഹം നടക്കാൻ പോകുന്നില്ലെന്ന ചിന്ത മന്ദപ്പനെ അലട്ടാൻ തുടങ്ങി. ഒന്നുകിൽ അച്ഛനെ കൂടുതൽ ദേഷ്യം പിടിപ്പിക്കുക. വീട്ടിൽനിന്നും ഇറങ്ങാൻ പറയുന്ന അവസ്ഥയുണ്ടാക്കിയാൽ ഉടനെയിറങ്ങി കുടകിലേക്ക് കച്ചവടത്തിന് പോകുന്ന ചങ്ങാതിമാരോടൊപ്പം ചേരാം. ചിന്തകൾ വേലിയേറ്റം സൃഷ്ടിച്ചൊരു സന്ധ്യയിൽ മന്ദപ്പൻ പതിവിലും വൈകി വീട്ടിലെത്താനുറച്ചു.

പലനാളിങ്ങനെ കളിച്ചാടി വരുന്നത് വഴക്കുപറഞ്ഞിട്ടും വകവെക്കാതെ വീണ്ടും വീണ്ടും വൈകിയെത്തുന്നതിൽ മനം തകർന്ന കുമരച്ചൻ ഇന്നെന്തായാലും മന്ദപ്പനോട് രണ്ടുവാക്ക് പറയണമെന്നുറച്ചു. അദൃശ്യമാണെങ്കിലും എവിടെയോ ഒരു ചങ്ങല ഇതുവരെ വഴക്കുപറയുന്നതിൽനിന്നും പിൻതിരിപ്പിക്കുകയായിരുന്നു. ഒരുപക്ഷെ ജാതകർമ്മസമയത്തെ തിരുമേനിയുടെ അരുളപ്പാടുകളാവാം അദൃഷ്ടമായി കുമരച്ചനെ ഇതുവരെ വിലക്കിയിരുന്നത്. കാര്യങ്ങൾ കൈവിട്ടുപോയിക്കൊണ്ടിരിക്കുകയാണെന്ന സത്യം മനസ്സിലാക്കി കടന്നുവന്ന രാത്രിയിൽ കുമരച്ചൻ മന്ദപ്പനോട് രണ്ടുവാക്ക് ചൊല്ലാനൊരുങ്ങി.

---

[1] *സ്വീകരിച്ചു*

[2] *ഇരുട്ടിയപ്പോൾ*

ഒൻപത്

നിനക്ക് പ്രായം എത്രയായെന്ന് വല്ല നിശ്ചയവുമുണ്ടോ? നിന്റെ പ്രായത്തിൽ ഞാൻ ചക്കിക്കു പുടവ കൊടുത്തിരുന്നു. നിന്റെ പ്രായത്തിലുള്ളവരൊക്കെ പണിയെടുത്ത് കുടുംബം നോക്കുന്നുണ്ടെന്നുള്ള കാര്യം നീയറിയുന്നുണ്ടോ മന്ദപ്പാ. ഒക്കത്തക്ക പണി പലതും ചെയ്യേണ്ട പ്രായം കടന്നിരിക്കുന്നു നിനക്ക് എന്നു തുടങ്ങി കുമരച്ചൻ പറയുന്നതൊന്നും കാര്യമല്ലെന്ന മട്ടിൽ മന്ദപ്പൻ നിന്നു. മന്ദപ്പന്റെ മൗനത്തിൽ കുമരച്ചന് കൂടുതൽ കലിയിളകി. പണിയും തുരവുമില്ലാതെ ഇനിയും നിന്നെ അലയാൻ വിടില്ല ഞാനെന്നു പറഞ്ഞ് കുമരച്ചൻ അലറി.

കുമരച്ചന്റെ ശാസനകൾ ഒന്നുംതന്നെ ഫലം കണ്ടില്ല. അടുത്ത ദിവസങ്ങളിലും മന്ദപ്പൻ പതിവുപോലെ കളിച്ചുനടക്കാൻ പോയി. വൈകുവോളം മാങ്ങാട്ടുതെരുവിലും നേരം വൈകിയപ്പോൾ ചങ്ങാതിക്കൂട്ടങ്ങളോടൊപ്പം കൊട്ടന്റെ ചാളയിലും ചെന്നിരുന്നു. ഒരുദിവസം ഉച്ചയ്ക്ക് കുമരച്ചൻ പണി പലതും പഠിക്കണമെന്നു മന്ദപ്പനോട് ഉപദേശിച്ചു. പണിയെടുക്കാൻ എന്നെ പണി പാണ്ടി പെറ്റിട്ടില്ലെന്നും തുരമെടുക്കാൻ ഞാൻ തുരക്കാരന്റെ മകനുമല്ലെന്ന് മന്ദപ്പൻ തിരിച്ചുപറഞ്ഞത് കേട്ടതോടെ കുമരച്ചന്റെ കലി ഇരട്ടിയായി. നേരെ വരുന്നില്ലെങ്കിൽ മന്ദപ്പന് ഇനി ചോറു കൊടുക്കേണ്ടെന്ന് കുമരച്ചൻ ചക്കിയോട് ആജ്ഞാപിച്ചു. മന്ദപ്പന് വീട്ടിൽ ചോറ് വിലക്കപ്പെട്ടു.

എന്നാൽ മന്ദപ്പൻ അച്ഛന്റെ വിലക്കുകളോ വഴക്കുകളോ കാര്യമായെടുത്തില്ല. കുമരച്ചന്റെ വിലക്ക് എങ്ങിനെ പാലിക്കുമെന്ന് ചക്കിയുടെ മാതൃവാത്സല്യത്തിന് ഉൾക്കൊള്ളാനായില്ല. പിറ്റേനാൾ കുളി കഴിഞ്ഞെത്തിയ മകനോട് അച്ഛൻ ചോറു വിലക്കിയ കാര്യം ചക്കി പറഞ്ഞു. അമ്മ ചോറുതരാം. അച്ഛൻ എത്തുന്നതിനുമുന്നെ വേഗം കഴിച്ച് ഇറങ്ങണം എന്നു പറഞ്ഞു ചക്കി ഇല വെക്കുമ്പോൾ കുമരച്ചന്റെ കല്പനയെക്കുറിച്ചോർത്തു. വിലക്കു ധിക്കരിച്ച് മന്ദപ്പന് ചോറു കൊടുത്താൽ അമ്മയും മകനും പിന്നെ പരക്കയില്ലത്തേക്ക് പോയ്ക്കൊള്ളണം. മേ

ത്തളിയില്ലത്തിൽ ഇങ്ങനെയൊരമ്മയും മകനും ഉണ്ടാവില്ലെന്ന് കുമരച്ചന്റെ കല്പന കാതുകളിൽ പ്രതിധ്വനിച്ചു.

മന്ദപ്പൻ ചെറുതാപുറത്ത് ചെന്തെങ്ങിനോട് വില്ലും ചാരിവെച്ച് കൈ കഴുകി ഇലയ്ക്ക് മുന്നിലിരുന്നു. ചക്കി ചോറുവിളമ്പി. കറിയൊഴിച്ചു ഉരുളയുരുട്ടി ഉണ്ണാനൊരുങ്ങുമ്പോൾ ചക്കി പറഞ്ഞു, നിന്റെയച്ഛൻ മാങ്ങാട് കുമരച്ചൻ നിനക്കിവിടെ ചോറു വിലക്കിയിട്ടുണ്ട്. വിലക്ക് ലംഘിച്ച് നിനക്ക് ചോറും പാലും തന്നാൽ നമ്മൾ രണ്ടാളും പരക്കയില്ലത്തേക്ക് പോയി വസിക്കണം. അമ്മയുടെ വാക്കുകൾ കേട്ട മന്ദപ്പൻ പൊട്ടിച്ചിരിച്ചു. ഊണിന്റെ നേരം കളി പറയല്ലന്റമ്മേയെന്ന് പറഞ്ഞ് ചോറുരുട്ടി.

ഈ സമയത്ത് വീട്ടിലെത്തിയ കുമരച്ചൻ ചെറുതാപുറത്ത് ചെന്തെങ്ങിൽ ചാരിവെച്ച വില്ല് കണ്ടപ്പോൾ മന്ദപ്പൻ അകത്തുണ്ടെന്ന് മനസ്സിലാക്കി. ആരാണെടാ അകത്തുനിന്നും ഊണ് കഴിക്കുന്നതെന്നലറിക്കൊണ്ട് കുമരച്ചൻ മുറ്റത്തെത്തി. മന്ദപ്പൻ ഊണു കഴിക്കുന്നതു കണ്ട കുമരച്ചൻ അരിശം കൊണ്ടലറിയടുത്തപ്പോൾ ചക്കി ഭയന്നു വിറച്ചു. കുപിതനായ കുമരച്ചൻ ചെറുതാപുറത്ത് ചെന്തെങ്ങോട് ചാരിവെച്ച മന്ദപ്പന്റെ വില്ലും ശരങ്ങളും ചവിട്ടിപ്പൊളിച്ച് കിണറ്റിലെറിഞ്ഞു.

അതുവരെ മിണ്ടാതിരുന്ന മന്ദപ്പന് ആയുധം പൊട്ടിച്ചെറിയുന്ന ശബ്ദം തന്റെ ജീവൻ പൊട്ടിപ്പോകുന്നതിന്റേതാണെന്ന തോന്നലുണ്ടാക്കി. ആയുധം പോയതും ആയുസ്സ് പോന്നതും തനിക്കൊരുപോലെയാണെന്ന് തിരിച്ചറിഞ്ഞ മന്ദപ്പൻ ദുഃഖിതനായി. മാനഹാനിയും ദുഃഖവും കോപവും എല്ലാംകൂടി മന്ദപ്പനെ വീർപ്പുമുട്ടിച്ചു. ആയുധം പോവതും ആയുസ്സ് തീരുന്നതും ഒരുപോലെയാണെന്ന സത്യം മന്ദപ്പന്റെ ചുറ്റും വലംവെച്ചു വന്നപ്പോൾ മന്ദപ്പൻ ഞാൻ ഇനി മലനാട്ടിൽ ജീവിക്കുകയില്ലയെന്ന് പ്രതിജ്ഞയെടുത്തു. ഇനി ഞാൻ നിങ്ങളുടെ കൺമുന്നിൽ ഇരിക്കയില്ല എന്നും പറഞ്ഞ് ചോറുംതളിക ഊൺകയ്യാലെ തട്ടിക്കളഞ്ഞു.

സ്നേഹനിധിയായ ചക്കിയുടെ മനമുരുകി. കുമരച്ചനു നേരെ നോക്കിയൊന്ന് ക്ഷമിക്കുവാൻ പറയുവാൻ പോലുമാവാതെ ചക്കി വ്യസനത്തോടെ തല താഴ്ത്തിനിന്നു. ഒരു കൈ നിലത്തു കുത്തി മന്ദപ്പൻ എഴുന്നേറ്റു. ശൂന്യമായ ചെന്തെങ്ങിന്റെ ചുവട്ടിലെ സങ്കടം പെരുമഴയായി ഉള്ളിൽ പെയ്തിറങ്ങി. മാങ്ങാട് ദേശവും പരിസരവും ഒരുപോലെ വിറകൊള്ളുന്ന കോപാഗ്നിയുമായി കുമരച്ചൻ മുറ്റത്ത് ഇരുപുറം നടന്നു. ഒരുപാട് പറയുവാൻ ഉള്ളിലുണ്ടെങ്കിലും അച്ഛന്റെ മുന്നിൽ ഒന്നും കൂടുതൽ പറയുവാൻ നിൽക്കാതെ മന്ദപ്പൻ വേഗത്തിൽ മേത്തളിയില്ലത്തുനിന്നും ഇറങ്ങി.

Smitha

സർപ്പദംശനമേറ്റതുപോലെയായ ചക്കിക്ക് അപമാനിതനായ വില്ലാളിവീരൻ മന്ദപ്പനെ പിന്തിരിപ്പിക്കാൻ സാധിച്ചില്ല. ദുഃഖവും അപമാനവും കൊണ്ട് തല താഴ്ത്തിയിറങ്ങിയ മന്ദപ്പൻ ആരു പറഞ്ഞാലും കേൾക്കുകയില്ലെന്ന തിരിച്ചറിവിൽ ചക്കി മൗനം ഭജിച്ചു.

എങ്ങോട്ടെന്നില്ലാതെയാണ് വീടു വിട്ടതെങ്കിലും മന്ദപ്പൻ നേരെ ചെന്നത് ചങ്ങാതിമാരുടെ സമീപത്തേക്കാണ്. ചങ്ങാതിമാർ ഇരിപ്പാൻ ക്ഷണിച്ചതിനുശേഷം വെയ്പ്പാൻ വായോ' എന്ന് മന്ദപ്പനെ സ്നേഹത്തോടെ വിളിച്ചു.

മന്ദപ്പന്റെ മുഖഭാവം കണ്ടമാത്രയിൽ പന്തിയല്ലെന്ന് ചങ്ങാതിമാർ തിരിച്ചറിഞ്ഞു. വഴക്കുണ്ടെങ്കിൽ പറഞ്ഞിണക്കാമെന്ന് വൃത്താന്തം കേട്ടപ്പോൾ അവർ പറഞ്ഞു. ഇപ്പോഴാരും പറഞ്ഞിണക്കാൻ ശ്രമിക്കേണ്ടെന്നും ഇനി നിങ്ങൾ എപ്പോഴാണ് ഏഴിനുംമീത്തൽ കുടകിലേക്ക് യാത്ര പോകുന്നതെന്നും മന്ദപ്പൻ ചോദിച്ചതിന് മറുപടിയായി ശനിയും ബുധനും യാത്രയ്ക്ക് ചേർന്ന ദിവസമാണെന്നും ഇന്ന് ശനിയുമാണെന്നവർ പറഞ്ഞു. പക്ഷെ, ഞങ്ങൾ പോകുന്നതിനുമുന്നേ കുമരച്ചനുമായി പിണങ്ങിയതാണ് പ്രശ്നമെങ്കിൽ നമ്മൾ വന്ന് ഒത്തു തീർപ്പിലെത്തിക്കാമെന്ന് ചങ്ങാതിക്കൂട്ടം ആവർത്തിക്കുന്നതു കേട്ട മന്ദപ്പൻ ഇനി ഒരാളും ഒത്തുതീർപ്പ് നടത്തേണ്ടെന്നും ഏഴിനുംമീത്തൽ കുടകിലെ കതിവനൂരിലേക്ക് നിങ്ങളോടൊപ്പം പോരുവാൻ ഞാൻ തീരുമാനിച്ചിരിക്കുന്നുവെന്നും പറഞ്ഞു.

കരുത്തനായ വില്ലാളിവീരൻ മന്ദപ്പന്റെ ആവശ്യം നിരസിക്കുവാൻ ചങ്ങാതിക്കൂട്ടത്തിനായില്ല. മന്ദപ്പനോടെതിർത്തു പറയുവാനുള്ള ധൈര്യം അവർക്കുണ്ടായിരുന്നില്ല. പക്ഷേ അച്ഛനോട് പിണങ്ങിയ മന്ദപ്പനെ സഹായിച്ചാൽ കുമരച്ചൻ തങ്ങളോട് പിണങ്ങുമെന്നതിൽ സംശയമില്ല. ഏഴിനുംമീത്തൽ കുടകിലേക്ക് കാളപ്പുറത്ത് ചരക്കുമായി പോയി അരിയും മറ്റു സാധനങ്ങളുമായി തിരിച്ചെത്തുമ്പോൾ ഏറ്റവും കൂടുതൽ സാധനങ്ങൾ വാങ്ങുന്നയാൾ കുമരച്ചനാണ്. കുമരച്ചനെ വെറുപ്പിച്ചാൽ കൂടെയുള്ള മറ്റു പ്രമാണികളും കച്ചവടത്തിൽ സഹായിക്കില്ല. ചങ്ങാതിക്കൂട്ടം ധൈര്യം സംഭരിച്ച് മന്ദപ്പനെ പിന്തിരിപ്പിക്കുവാൻ പരമാവധി ശ്രമിച്ചു.

നീ നാടുവിട്ടാൽ ചക്കിയമ്മ കിണറ്റിൽ ചാടി മരിക്കും. അത്രയ്ക്കും വാത്സല്യനിധിയായ അമ്മയ്ക്ക് നിന്റെ വേർപാട് മരണസമമായിരിക്കുമെന്നതിൽ തർക്കമില്ല. അമ്മയുടെ വേർപാടിൽ വർദ്ധിച്ച വിഷമത്താൽ നിന്റെയച്ഛൻ കുമരച്ചനും ജീവനൊടുക്കും. അതുകൊണ്ട് നീ ഞങ്ങളോടൊപ്പം വരേണ്ടെന്നവർ ആവർത്തിച്ചു പറഞ്ഞതു മുഴുവൻ കേട്ടിട്ടും മന്ദപ്പന്റെ മനസ്സു മാറിയില്ല. അപമാനവും ദുഃഖവും കൊണ്ട് അചേതന

ശില പോലെയായ മനസ്സിൽ ഉണർന്നുപൊങ്ങിയ പ്രതീക്ഷയായിരുന്നു കുടകിലേക്കുള്ള യാത്ര. തീവ്രമായ ആ ആഗ്രഹത്തിന് ചങ്ങാതിക്കൂട്ടങ്ങളുടെ വാക്കുകളൊന്നും ഒരു തടസ്സമായില്ല. മന്ദപ്പൻ കുടകിലേക്ക് പോകുവാൻ ഉറച്ച തീരുമാനം തന്നെയെടുത്തു.

യാത്ര പോകുന്നതിനുമുന്നെ മാങ്ങാട്ടെ നെടിയ കാഞ്ഞിരത്തിൻ ചുവട്ടിൽ എത്തിച്ചേരുവാൻ അവർ മന്ദപ്പനോട് പറഞ്ഞു. മന്ദപ്പൻ മേത്തളിയില്ലത്തേക്ക് പോയിവരാമെന്ന് പറഞ്ഞ് വീട്ടിലേക്ക് പോയി. വീട്ടിലെത്തിയ ഉടനെ നാല് ഇളനീരും എട്ടു തേങ്ങയും ഉരിച്ചെടുത്തു. ഇളനീർ വടിമേൽ കാഴ്ച കെട്ടിയതിനുശേഷം തേങ്ങയെടുത്ത് നേരെ ചെട്ടിയാരുടെ വീട്ടിലേക്ക് ചെന്നു. ഒരണത്തട്ടത്തിന് പയിമ്പ[2] തരണമെനിക്കെന്ന് ചെട്ടിയാരോട് ചോദിച്ചു. ചോദ്യം കേട്ടപ്പോൾ നീ ഏഴിനുമീത്തൽ പോകുന്നുണ്ടോ മന്ദപ്പാ എന്ന് ചെട്ടി അന്വേഷിച്ചു. ഞാൻ ഏഴിനുംമീത്തൽ കതിവനൂർക്ക് പോകുന്നുണ്ടെന്ന് മന്ദപ്പനറിയിച്ചതു കേട്ട് നിനക്ക് എന്തെങ്കിലും പണി മതിയെങ്കിൽ എന്റെ കൂടെയിരിക്കാമെന്ന് ചെട്ടി പറഞ്ഞതിന് മറുപടിയായി ഇനിമേൽ ഈ മലനാട്ടിൽ ഞാൻ പൊറുക്കുകയില്ലെന്നും എന്നെ കണ്ടതൊ ഞാൻ പയിമ്പ വാങ്ങിയതോ മേത്തളിയില്ലത്താരോടും പറഞ്ഞേക്കരുതെന്നും പറഞ്ഞു.

മന്ദപ്പൻ മേത്തളിയില്ലത്ത് പോയ നേരം ചങ്ങാതിക്കൂട്ടങ്ങൾ കുമരച്ചനെ പിണക്കാതെ മന്ദപ്പനെ എങ്ങിനെ യാത്രയിൽനിന്നും മുടക്കാമെന്ന് ആലോചിക്കുകയായിരുന്നു. വാക്കു പറഞ്ഞതുപോലെ മന്ദപ്പൻ യാത്രയ്ക്കൊരുങ്ങി നെടിയ കാഞ്ഞിരമരത്തിന്റെ ചുവട്ടിലെത്തുമ്പോഴേക്കും മന്ദപ്പനെ ചതിക്കുവാനുള്ള ഉപായം ചങ്ങാതിമാർ കണ്ടെത്തിയിരുന്നു.

---

[1] *ഭക്ഷണം കഴിക്കുവാൻ*

[2] *ഭക്ഷണസാധനങ്ങൾ വെക്കാനുള്ള തോൾസഞ്ചി*

പത്ത്

ഏഴിനുമീത്തൽ കുടകുമലയിൽനിന്നും ചങ്ങാതിക്കൂട്ടം തിരിച്ചു വരുമ്പോൾ അരിയും മറ്റു സാധനങ്ങളും കൊടുത്തയക്കാമെന്ന് പറഞ്ഞു വാങ്ങിയ മുണ്ടും വിരിപ്പും തട്ടവും വാങ്ങി മന്ദപ്പൻ നെടിയ കാഞ്ഞിരമരത്തിൻ ചുവട്ടിലെത്തി. എല്ലാവരും ഇരിക്കുന്നേടത്ത് മന്ദപ്പനും ഇരുന്നു.

ചങ്ങാതിക്കൂട്ടം മന്ദപ്പനെ ചതിക്കുവാൻ റാക്കും കറിയും നേരത്തെ ഒരുക്കിവെച്ചിരുന്നു. വീടും നാടും വീട്ടുപോകുമ്പോൾ മനസ്സു പതറാതിരിക്കുവാൻ അല്പം സേവയാകാമെന്ന് അവർ മന്ദപ്പനെ ധരിപ്പിച്ചു. റാക്കും കറിയും വരുത്തിയ ചങ്ങാതികൾ നാൽവരുടെ മധ്യത്തിൽ മന്ദപ്പനെ ഇരുത്തി. കണക്കിലധികം മന്ദപ്പനു ചെരിച്ചുകൊടുക്കുമ്പോൾ അവർ നാലുപേരും കൂടുതൽ കഴിക്കാതിരിക്കുവാൻ ശ്രദ്ധിച്ചു. മദ്യപിച്ചു ശീലമില്ലാത്ത മന്ദപ്പൻ അളവറിയാതെ അവർ കൊടുക്കുന്നതൊക്കെയും വാങ്ങി കുടിച്ചു.

കുടിച്ചുമദിച്ചു താവളത്തിൽ ഇരിക്കുന്നേരം ശരീരത്തിന് ആലസ്യം തോന്നി. തലയ്ക്കകത്ത് എന്തോ പെരുത്തുവരുന്നതുപോലെ. കയ്യും കാലും താനെ തളരുന്നതായി മന്ദപ്പൻ അറിഞ്ഞു. ക്രമേണ ആലസ്യത്തിൽനിന്നും അർദ്ധമയക്കത്തിലേക്കു നീങ്ങുന്നതറിഞ്ഞ മന്ദപ്പൻ ചങ്ങാതികളോട് ചോദിച്ച് മാറാപ്പഴിച്ച് വിരിപ്പെടുത്ത് വിരിച്ചുകൊണ്ട് തന്നെ മറന്നും സ്ഥലം മറന്നും ഉറങ്ങിപ്പോയി.

അല്പനേരം കഴിഞ്ഞപ്പോൾ ചങ്ങാതിമാർ മന്ദപ്പനെ ഉരുട്ടിയും ഇളക്കിയും വിളിച്ചുനോക്കി. മനോവിഷമവും ശരീരതളർച്ചയും റാക്കിന്റെ ലഹരിയിലും മരിച്ചതു കണക്കെ ഉറങ്ങിയ മന്ദപ്പന് ഒന്നും അറിയുവാൻ കഴിഞ്ഞില്ല.

മന്ദപ്പനെ ചതിക്കുവാൻ ഇതു തന്നെയാണ് തക്കം എന്ന് കൂട്ടത്തിലൊരാൾ പറഞ്ഞു. ഇവൻ ഉണരുംമുന്നേ നമ്മൾക്ക് വണ്ണായിക്കടവ് കടക്കണം.

തട്ടയും മണിയും വലിച്ചുകെട്ടിക്കൊണ്ട് മൂരി'പ്പുറത്ത് ചരക്കുകൾ

എടുത്തുകെട്ടി ചങ്ങാതികൾ തട്ടിതെളിച്ച് മാങ്ങാട് നെടിയ കാഞ്ഞിരമരത്തിൽ ചുവട്ടിലുറങ്ങുന്ന മന്ദപ്പനെ കൂട്ടാതെ യാത്ര തുടങ്ങി.

മന്ദപ്പൻ ഉണരുംമുന്നെ ഏറെദൂരം താണ്ടണമെന്ന നിശ്ചയത്താൽ മൂരിയെ വേഗം തെളിച്ചുകൊണ്ട് ചെരുവത്തെ കപ്പാലവും കടന്ന് തണ്ണീരമ്പലം മുനമ്പും കടന്നുചെന്നു.

അതിവേഗം ബക്കളത്തെ ചാലുകടന്ന് കടമ്പേരി ഇടുവൻ വാതുക്കൽ പോയി ചെന്ന് ചുഴലിഭഗവതിയമ്മയെ കൈതൊഴുതു. പിന്നീട് വേഗത്തിൽ പുറപ്പെട്ട് അന്തളച്ചോല ആദിയോട്ടാലും കടന്ന് കണ്ണപ്പിലാവും ബാവുപറമ്പ് വെങ്ങലോടും കടന്നു ചെന്നതിനുശേഷം കുറുമാത്തൂര് ഭരതൻ കുന്നത്ത് എത്തിച്ചേരുമ്പോഴേക്കും അല്പം തളർന്നു.

നേരം പുലർന്ന നേരം ഞെട്ടിയുണർന്നു നോക്കിയപ്പോൾ ചങ്ങാതികൂട്ടങ്ങൾ ചതിച്ചത് തിരിച്ചറിഞ്ഞ മന്ദപ്പൻ ആകെ വിഷണ്ണനായി. വിഷമത്തോടെയാണെങ്കിലും ചങ്ങാതിമാർ ചതിച്ചെന്ന സത്യം മന്ദപ്പൻ തിരിച്ചറിഞ്ഞു. ഏതായാലും മുന്നോട്ടു വച്ച കാൽ പിന്നോട്ടേക്കെടുക്കില്ല. ഇനി വീട്ടിലേക്ക് മടങ്ങി പോകയില്ലെന്ന് ഉറച്ച തീരുമാനമെടുത്ത് വീടു വിട്ടിറങ്ങിയതാണ്. ചോറു തരാതെ വിലക്കേർപ്പെടുത്തിയ അച്ഛൻ ചതിച്ചതിലും വലുതായിപ്പോയല്ലോ കൂടെ പുറപ്പെട്ട ചങ്ങാതികളും ചെയ്ത ചതിയെന്നത് മന്ദപ്പനെ വ്യാകുലപ്പെടുത്തിയെങ്കിലും ചുഴലിഭഗവതിയും മുപ്പത്തൈവര് ദേവതമാരും തുണയുണ്ടാകും എന്ന വിശ്വാസത്തിൽ യാത്ര തുടരാൻ മന്ദപ്പൻ നിശ്ചയിച്ചു.

മരത്തുമ്മലേക്കും ചുരത്തുമ്മലേക്കും വായിലെ നാവുണ്ടെങ്കിൽ വഴിയറിയേണ്ടതില്ലെന്ന് മനസ്സിലാവർത്തിച്ച് കമ്പവലിയുടെയും മൂരിയുടെ കാലടയാളങ്ങളും നോക്കിക്കൊണ്ട് യാത്രയാരംഭിച്ചു. ചങ്ങാതിമാർ പോയ വഴിയിൽ മൂരിച്ചുവടും കമ്പവലിയും തെളിഞ്ഞുവന്നു. അടയാളങ്ങൾ തെളിയുന്നതു കണ്ട മന്ദപ്പൻ ആവേശത്തോടെ കാലുകൾ നീട്ടിവെച്ചു നടന്നു. തണ്ണീരമ്പലം മുനമ്പും ബക്കളത്തെ ചാലും കടമ്പേരി ഇടുവൻ വാതിലും കടന്ന് ചുഴലി ഭഗവതിയുടെ തിരുനടയിലെത്തി. അതിവേഗം കണ്ണപ്പിലാവും പിന്നിലാക്കി കുറുമാത്തൂർ ഭരതൻ കുന്നിൽ മുപ്പത്തൈവരെ കൈ തൊഴുവാൻ സാധിച്ചു. ഓരോ സ്ഥലങ്ങൾ പിന്നിടുമ്പോഴും മന്ദപ്പന്റെ ഉള്ളിലുള്ള വാശിയും ആവേശവും വർദ്ധിച്ചു.

കുറുമാത്തൂർ വലിയ തോട്ടത്തിലെത്തിയപ്പോൾ അകലെയുള്ള ചങ്ങാതി കൂട്ടങ്ങളുടെ മൂരി മന്ദപ്പന്റെ തലമുട്ട് തിരിച്ചറിഞ്ഞു.

മൂരി മുരണ്ടപ്പോൾ ഇനി ഉറക്കത്തിൽ ചതിക്കപ്പെട്ട മന്ദപ്പനോ മറ്റോ ഇതിലെ വരുന്നുണ്ടോയെന്ന് കൂട്ടത്തിലൊരാൾ ചോദിച്ചു. അവൻ റാക്കിന്റെ കെട്ടിറങ്ങി എഴുന്നേൽക്കുന്ന സമയം ആയതല്ലേയുള്ളു.

ഇത് വാഴയുടെ നിഴൽ കണ്ടാണ് മൂരി മുരണ്ടതെന്ന് മറ്റൊരു ചങ്ങാതി പറഞ്ഞു.

അന്നത്തെ രാത്രിയിൽ വാഴത്തോട്ടത്തിൽ കിടന്നും ഇരുന്നും കഴിച്ചുകൂട്ടിയ മന്ദപ്പൻ ഉദയാരംഭകാലത്ത് തന്നെ യാത്രയാരംഭിച്ചു. കുറുമാത്തൂർ വലിയ തോട്ടവും കടന്ന് തേറളായ് തേവരെ കൈതൊഴുതു വേഗത്തിൽ പുറപ്പെടുമ്പോൾ ചെറുകരമുനമ്പും എരുവട്ടികല്ലും കാണാറായി. എരുവട്ടികല്ലും കടന്ന് നിടുവാലൂരെ പാലം താണ്ടി സോമേശ്വരി ഭഗവതിയുടെ തിരുനടയിലെത്തി കൈതൊഴുതു. വലതുഭാഗം തിരിഞ്ഞു വാരത്തപ്പനേയും തൊഴുതതിനുശേഷം ചെങ്ങളായി ശേഖരൻകുന്നിലെത്തി.

ശേഖരൻകുന്നിൽ ഇടുപ്പിയിലമ്മയുടെ വീടുകണ്ട നേരം നേരെ ഇടുപ്പിയിലമ്മയുടെ വീട്ടിൽ കയറി തണ്ണീർ വാങ്ങി കുടിച്ചു. അതി തേജസ്വിയായ വില്ലാളിവീരനെപ്പോലെ തോന്നിക്കുന്ന മന്ദപ്പനെ കണ്ട ഇടുപ്പിയിലമ്മ നീ എവിടേക്കു പോകുന്നുവെന്ന് ചോദിച്ച നേരം കേൾപ്പതുണ്ടോ നിങ്ങളുമെൻ ഇടുപ്പിയിലമ്മേ മൂരിക്കാര് ചങ്ങാതികൾ ഇതു വഴി പോയിട്ടുണ്ടോയെന്ന മറുചോദ്യത്തിന് ഉച്ചനേരം പോയിനിവർ നാൽവർസംഘം. മൂരിപ്പുറത്ത് ചരക്കുകളും കെട്ടിയെന്ന് ഇടുപ്പിയിലമ്മ പറഞ്ഞു.

മാങ്ങാട് നെടിയ കാഞ്ഞിരച്ചുവട്ടിൽ ഉറക്കത്തിൽ തന്നെ ചതിച്ചാണവർ പോയതെന്റെ ഇടുപ്പിയിലമ്മേയെന്ന് മന്ദപ്പൻ പറഞ്ഞപ്പോൾ ഉറക്കത്തിൽ ചതിച്ച ചങ്ങാതികളുടെ കൂടെ പോകേണ്ടെന്നും നിനക്ക് എന്റെ കൂടെ ഇവിടെ കഴിയാമെന്നും പറഞ്ഞു. അതിനു കഴിയില്ലല്ലോ എന്റെ ഇടുപ്പിയിലമ്മേ കുടകരെ തോൽപ്പിച്ച് കച്ചവടം നടത്താൻ വാക്കു കൊണ്ടതാണ്. ഇനി മലനാട്ടിൽ വാഴില്ലെന്നും തീരുമാനിച്ച് തുടങ്ങിയ യാത്രയാണ് എന്ന് മറുപടി നല്കി. എന്നാൽ കഞ്ഞി കുടിച്ചിട്ട് പോകാം മന്ദപ്പാ എന്ന് ക്ഷണിച്ചപ്പോൾ കഞ്ഞി കുടിപ്പാൻ ഇപ്പോൾ അവസരമില്ലെന്നും എനിക്ക് മുന്നോട്ടുള്ള വഴി പറഞ്ഞുതരൂ എന്നുപറഞ്ഞു മന്ദപ്പൻ. ഇടുപ്പിയിലമ്മ ചുഴലിഭഗവതിയുടെ നടയിലൂടെ പരിപ്പായിലേക്കുള്ള വഴി പറഞ്ഞുകൊടുത്തു.

പരിപ്പായി തേവരെ കൈ തൊഴുത മന്ദപ്പൻ ചെട്ടിയാർ ചോലയും കടന്ന് കപ്പടിച്ചോലവഴി ശ്രീകണ്ഠാപുരത്തെത്തി. ശ്രീകണ്ഠാപുരത്തെ അമ്മൻകോട്ടം തോഴുത് വലമേ തിരിഞ്ഞ് ചേരമാം പട്ടവത്തടവു കണ്ടു പെരുന്തിരിയാലും പുള്ളിമാൻകുന്നും കടന്നുചെന്നു. അതുവഴി കാവുമ്പായി ദേവരുടെ മുറ്റത്തെത്തിയപ്പോൾ ക്ഷീണം മാറ്റാൻ അല്പനേരമിരുന്നു. കാളകളുടെ കുളമ്പടയാളവും കയറുവലിയും നോക്കിയുള്ള നടപ്പിൽ ഏതോ ദിവ്യശക്തി കാട്ടുപാതയിലൂടെ മന്ദപ്പനെ നയിക്കു

ന്നതായി നിർഭയമായ യാത്രയിൽ അനുഭവപ്പെട്ടു. മന്ദപ്പന്റെ പാദങ്ങൾ പതിഞ്ഞ വയലിന്റെയും കരപറമ്പുകളുടേയും എണ്ണങ്ങൾ വർദ്ധിച്ചുവന്നു. ക്ഷേത്രങ്ങളും കാവുകളും കൈതൊഴുതു വണങ്ങിയ മന്ദപ്പൻ മൊട്ടക്കുന്നുകളും കരിമ്പാറകളും കയറിയിറങ്ങി. കാവുമ്പായി കടന്ന് മുയിപ്ര ചോലയേറ്റം കയറി നിവർന്ന് വണ്ണായ് കടവിലെത്തിയപ്പോൾ മൂരി കുളമ്പടയാളവും കയറുവലിയും കാണാതായപ്പോൾ ഇടമേ തിരിഞ്ഞു. വണ്ണായ് കടവിനു വലമേ തിരിഞ്ഞുപോയ ചങ്ങാതികളുടെ മൂരി കുളമ്പടയാളം കാണാതെ മന്ദപ്പൻ വഴി തെറ്റി ഇടത്തോട്ട് യാത്ര തുടങ്ങി.

---

[1] *കാള*

പതിനൊന്ന്

ചങ്ങാതിക്കൂട്ടം വണ്ണായ് കടവിൽനിന്നും വലത്തോട്ട് നീങ്ങിയപ്പോൾ ഇടത്തോട്ടുള്ള വഴിയിലൂടെ മന്ദപ്പൻ എരുവേശ്ശിയിലൂടെ ചെങ്കുന്നത്ത് വയലിലൂടെ ചെന്ന് ചെങ്കുന്നത്ത് തേവരുടെ നടയിലെത്തി. അവിടെ അധികം നില കൊള്ളാതെ മുക്കൊടിപ്പാലം കടന്നുകയറി ഗണപതിമണ്ഡപം തൊഴുതതിനുശേഷം തോണിയാൽ കടവു കടന്ന് ദൈവത്താറേയും പാടിക്കുറ്റിയമ്മയേയും തൊഴുതു നേരെ അഞ്ചര മനയക്കൽ വാഴുന്നോരുടെ മനയിലെത്തി.

മന്ദപ്പനെന്നാണെന്റെ പേരെന്ന് വാഴുന്നവരോട് ചൊല്ലിയപ്പോൾ അങ്ങെവിടുന്ന് വരികയുണ്ടെടോ മന്ദപ്പായെന്ന് ചോദിച്ചു. മാങ്ങാടുനിന്ന് പുറപ്പെട്ട് ഏഴിനുംമീത്തൽ കതിവനൂർക്ക് പോകുന്നു ഞാനെൻ വാഴുന്നവരെയെന്ന് മറുവാക്ക് ചൊല്ലുമ്പോൾ വഴിതെറ്റിയെന്നും കൂടി ഓർമ്മിപ്പിച്ചു. ഇത്രയും ഒക്കത്തക്ക പോന്നൊരു വില്ലാളി എന്തിനാണ് ഏഴിനുംമീത്തൽ പോകുന്നത്. നിനക്കിവിടെ അഞ്ചുമനയ്ക്കൽ താമസിച്ചൂടെയെന്ന് വാഴുന്നവർ ചോദിച്ചു. അതിനൊരു കുറവുണ്ടെന്റെ വാഴുന്നവരെ എന്റെ കൂടെ ചങ്ങാതികൾ പോന്നിട്ടുണ്ടെന്നും എങ്ങിനെയെങ്കിലും എത്രയും വേഗത്തിൽ അവരുടെ കൂടെയെത്തിച്ചേരണം. എന്നാൽ കഞ്ഞി കുടിച്ചിട്ട് പോകാം മന്ദപ്പായെന്ന് പറഞ്ഞപ്പോൾ, കഞ്ഞി കുടിച്ചു പോകാനിപ്പോൾ അവസരമില്ലെന്നു മറുപടി നൽകി. പകരം ദാഹം തീർക്കാൻ ഇത്തിരി ദാഹജലം മതിയെന്നു പറഞ്ഞു. ദാഹജലം വാങ്ങി കുടിച്ച് വാഴുന്നവർ ചൊല്ലിയ വഴിയിലൂടെ യാത്ര തുടർന്നു.

മൂത്തേടത്ത് മന വഴി എളയടത്തറ മനയും കടന്ന് വൈരം കോട്ടത്തൂടെ പൂപ്പറമ്പ് പുലിയനാർ കോട്ടവും കഴിഞ്ഞ് മഞ്ഞ കാഞ്ഞിരം വറട്ട് തോട് എത്തിച്ചേർന്നു. എർത്ത് കടവ് കടന്ന് പൊടിക്കളത്തിലൂടെ വണ്ണായ് കടവിനക്കരയെത്തിയപ്പോൾ തന്നെ ഉപേക്ഷിച്ചുപോന്ന ചങ്ങാതിമാർ വഴിയിൽ ഇരുന്ന് ചക്കരയും അവിലും കുഴച്ചുതിന്നുന്നത് കണ്ടു. കുറ്റബോധത്തോടെയും അല്പം ജാള്യതയോടെയും

അവർ അവിലു തിന്നാൻ മന്ദപ്പനെ ക്ഷണിച്ചു. ഉറക്കത്തിൽ ചതിച്ച ചങ്ങാതിമാരല്ലേ നിങ്ങൾ, നിങ്ങളെനിക്ക് വിഷം തരുവാനും മടിക്കില്ലെന്നറിയാം. നിങ്ങളുടെ ചങ്ങാത്തം മാങ്ങാടുനിന്നേ ഞാൻ മറന്നിരിക്കുന്നു, നിങ്ങൾ തരുന്ന ഒരു സൽക്കാരവും എനിക്ക് വേണ്ടെന്ന് പറഞ്ഞ് ഭാണ്ഡമഴിച്ച് തേങ്ങയെടുത്ത് അടുത്തുള്ള ചുങ്കികൾക്ക് കൊ ടുത്ത് ഭക്ഷണം വെക്കുവാനുള്ള പാത്രം വാങ്ങി ഭക്ഷണം പാകം ചെയ്തു.

അന്നവിടെ ഭക്ഷണം പാകം ചെയ്ത് കഴിച്ച് രാത്രി കിടന്നു. ചങ്ങാതിമാർ തങ്ങൾക്കു പറ്റിയ തെറ്റ് ഏറ്റുപറഞ്ഞു. മന്ദപ്പനോടുള്ള വിദ്വേഷംകൊണ്ടല്ല, മറിച്ച് കുമരച്ചൻ തങ്ങളുടെ കച്ചവടത്തെ സഹായിക്കില്ല എന്ന ഭയംകൊണ്ടാണ് റാക്ക് കുടിപ്പിച്ച് മയക്കിയതെന്നവർ പറഞ്ഞു. മാത്രവുമല്ല, മന്ദപ്പന്റെ യുദ്ധവീര്യം കുടകുപടയെ ഭയപ്പെടുത്താനും കച്ചവടത്തിലെ കള്ളകൈക്കൾ അവസാനിപ്പിക്കുവാനും ഉപകരിക്കുമെന്ന് തങ്ങൾക്ക് ബോധമുണ്ടായിരുന്നെന്നും എന്നാൽ കൂടെ കൂട്ടിയാൽ തിരിച്ചു നാട്ടിലെത്തിയാൽ കുമരച്ചന്റെ പിണക്കം കച്ചവടത്തെ ബാധിച്ചേക്കും എന്ന ഭയമാണ് ഈ ചതി ചെയ്യിച്ചതെന്നും ഇത്തവണത്തേക്ക് പൊറുക്കെടോ എന്നും അപേക്ഷിച്ചു.

പിറ്റേന്നാൾ പുലരുംന്നേരം മൂരിപ്പുറത്ത് ചരക്കെടുത്ത് കയറ്റികെട്ടി ചങ്ങാതികൾ തട്ടിത്തെളിച്ച് നട കൊള്ളുന്നേരം മന്ദപ്പൻ അവരുടെ കൂടെയാവാം ഇനിയുള്ള യാത്രയെന്ന് തീരുമാനിച്ചു. ചുങ്കസ്ഥാനം താണ്ടി വട്ടക്കയം നാരാം കൊവ്വൽ കടന്നു. കൊടുനില വെളിച്ചവും വലിയ വെളിച്ചവും കഴിഞ്ഞ് മോതിരകടവ് ചതുരൻ പുഴ കടവിലെത്തി. പൊന്നിടിഞ്ഞ മലകാരത്താവളവും കാരത്താവളവും മത്താളവും കടന്ന് പമടാൻ കവലയിൽ അഴകിയ മരുതും കഴിഞ്ഞ് വെള്ളൂർ മുത്തപ്പൻ കോട്ടത്തെത്തിയപ്പോഴും ക്ഷീണം തീരെ തോന്നിയില്ല. മേക്കോട്ടവും കീഴ്ക്കോട്ടവും തൊഴുത് വേഗത്തിൽ നടന്ന് കോട്ടത്ത് കൊല്ലി കുഴിയിടത്താവളം എത്തിച്ചേർന്നപ്പോൾ അസ്തമയത്തിന് രണ്ടുനാഴിക ബാക്കിയായിരുന്നു. പിന്നെയും നടന്ന് ചിങ്ങത്താവളം ചിറ്റുടുമ്പ് കടന്ന് ഉടുമ്പക്കടവിലെത്തുമ്പോഴേക്കും നേരം സന്ധ്യ മയങ്ങി. അന്നത്തെ ദിവസം ചങ്ങാതി കൂട്ടത്തോടൊപ്പം തമാശയും നേരമ്പോക്കും പറഞ്ഞ് ഭക്ഷണം കഴിച്ച് അവിടെ കിടന്നു.

അടുത്തദിവസം രാവിലെ എഴുന്നേറ്റ് ഉടുമ്പപുഴയിൽ കുളിച്ച് ഉടുമ്പിയിലമ്മയ്ക്ക് തേങ്ങയെറിഞ്ഞ് ആർത്തുവിളിച്ച് തൊഴുതു. അത്യന്തം ആവേശത്തോടെ ചങ്ങാതിമാരോടൊത്ത് പെരുന്തടി നിറവ് കടന്ന് തലപ്പിലാവും താണ്ടി ചെറിയ കാറ്റാടി വലിയ കാറ്റാടി മലകൾ കയറി കുറുവായി ചുങ്കസ്ഥാനത്തെത്തി.

കുറുവായി കുടിയാനെ കണ്ട മാത്രയിൽ ചങ്ങാതികൾ ഉപ്പും പുളി

യും പകുത്തെടുത്തു കെട്ടിക്കൊണ്ട് മുന്നിൽ വച്ച് വഴി ചോദിച്ചറിഞ്ഞ് വേഗം നടന്നുനീങ്ങി. മലനാടിനതിർത്തിയായ വായിക്കമ്പെയിലെത്തി ച്ചേർന്നപ്പോൾ തളർന്നുപോയിരുന്നു.

തളർന്നിരിക്കുന്ന മന്ദപ്പന്റെയടുത്തെത്തിയ ചങ്ങാതികളിലൊരാൾ പിന്നിലേക്ക് ചൂണ്ടിക്കൊണ്ട് മന്ദപ്പാ ഇത്രനാളും ഇത്രദൂരവും മലനാ ട്ടിലൂടെയാ നമ്മൾ വന്നത്. ഇനിയാണ് കുടകുമല തുടങ്ങുന്നതെന്ന് പറഞ്ഞു. തനിയ്ക്കു നേരറിയാത്തതുകൊണ്ട് ചങ്ങാതി കളി പറയു കയാണെന്നാണ് മന്ദപ്പൻ കരുതിയത്. അകലെ കാണുന്ന മലനിരക ളിലേക്ക് കൈചൂണ്ടിക്കൊണ്ട് ചങ്ങാതി പറഞ്ഞു, കളിയല്ല മന്ദപ്പാ കുട കരെ മലയാണാ കാണുന്നതെടോ വേഗം മാറാപ്പഴിച്ച് കുപ്പായം ധരിച്ച് തലയിൽ കെട്ടുവിനെടോ.

മന്ദപ്പൻ വേഗത്തിൽ തന്റെ മാറാപ്പഴിച്ച് കുപ്പായംധരിച്ച് മേൽമു ണ്ടെടുത്ത് തലയിൽ കെട്ടി പടിഞ്ഞാറ് നോക്കി തൊഴുതു. ഇനിയൊ രിക്കലും മനുഷ്യനായിക്കൊണ്ട് ഞാൻ ഈ മലനാട്ടിലേക്ക് മടങ്ങി വരി ല്ല. ചുഴലിഭഗവതി തമ്പുരാട്ടിയമ്മയും മുപ്പത്തൈവര് ദേവകളും എന്നെ തുണച്ചീടേണം എന്നും പ്രാർത്ഥിച്ച് നമസ്ക്കരിച്ച് ഭാണ്ഡവുമെടുത്ത് യാത്രയാരംഭിച്ചു.

കുടകുനാട്ടിന്നതിർത്തിപ്രദേശമായ കൈതവെളിച്ചം, ചിരവൈരി ത്താവളം, ധൂമൻകൊല്ലി എന്നിവ നടന്നുചെന്ന് പെരുനിലത്ത് അയ്യ പ്പൻകോവിലിലെത്തി കൈ തൊഴുതു. ആവേശത്താലും വർദ്ധിച്ച സന്തോഷത്താലും വേഗത കൂടിയ യാത്രയിൽ പ്രതീക്ഷിച്ചതിലും മു ന്നെ വെള്ളാകുളത്തു വയലിൽ എത്തിച്ചേർന്നു. ചങ്ങാതിമാരോട് വിശ്ര മിക്കാൻ പറഞ്ഞിട്ട് പൈദാഹം തീർക്കാൻ നിൽക്കാതെ എത്രയും വേഗം കതിവനൂരെത്തണമെന്നുള്ള ചിന്തയിൽ വലമെ തിരിഞ്ഞു വന്താർമുടി പുഴ കടന്നു കയറുന്നേരം എതിരെവരുന്ന ബാലവർഗ്ഗത്തെ കണ്ട് കതിവനൂർക്കുള്ള വഴി ചോദിച്ചപ്പോൾ കതിവനൂർ ഊരമ്പലം കാണിച്ചുകൊടുത്തു. ഊരമ്പലത്തിലിരിക്കുന്നവരോട് അമ്മാവൻ ധാര പ്പനെ അറിയുമോയെന്ന് ചോദിച്ചപ്പോൾ പടിഞ്ഞാറെ തൊടുവയലി ലൂടെ നടന്നെത്തുന്നത് കാളമ്മന്റെ വീടാണെന്നും കാളമ്മനോട് ചോദി ച്ചാൽ ശരിയായ വഴി കിട്ടുമെന്നും പറഞ്ഞു.

അവരോട് യാത്ര ചോദിച്ച് പടിഞ്ഞാറെ തൊടുവയലിലൂടെ നട ക്കുമ്പോൾ വയലിനക്കരെ കതിവനൂർ കാളമ്മന്റെ വീട് കണ്ടു. മര്യാദാ തൽപ്പരനായ കാളമ്മൻ ചെമ്പ് ചരക്കിൽ[1] കാല് കഴുകാൻ വെള്ളം കൊടുത്തു. കാല് കഴുകി ഉപചാരപൂർവ്വം കാളമ്മനെ തൊഴുതു ഇളമ രത്തിലിരുന്നു[2].

അങ്ങെവിടെനിന്നും വരുന്നു മലയാളാ നീയെന്ന് തിരക്കിയ കാളമ്മ

നോട് ഞാൻ മലനാട്ടിൽ മാങ്ങാട് മേത്തളിയില്ലത്തുനിന്നും വരുന്നെന്ന് മറുപടി നൽകിയപ്പോൾ ഇങ്ങിവിടേക്ക് ഇതുവഴി വരാനെന്തു കാരണ മെന്ന് കാളമ്മൻ ചോദിച്ചു. കതിവനൂരിലെന്റെ നേരമ്മാവനുണ്ട്, ധാരപ്പ നെന്നാണവരുടെ പേര്. നേരമ്മാമന്റെ വീട്ടിലേക്കുള്ള വഴിയൊന്ന് ചൊല്ല ണമെന്നുള്ള മന്ദപ്പന്റെ വാക്കുകൾ കേട്ട കാളമ്മൻ ചിരിച്ചുകൊണ്ട് മന്ദ പ്പനെ നോക്കി. ധാരപ്പനെയെനിക്കറിയാം മലയാളാ എന്നാൽ ആളുയര ത്തിൽ ചാടി കുത്തുന്നൊരു കാളയുണ്ടവിടെ. കൂടാതെ മരം കയറി കടി ക്കുന്നൊരു നായയുമുണ്ടവിടെ എന്ന് സൂചന നൽകി.

മന്ദപ്പനതുകേട്ട് നിസ്സാരമട്ടിൽ ചിരിച്ചുകൊണ്ട് പറഞ്ഞു, ഞങ്ങൾ മല യാളർക്ക് കാളക്കും നായക്കും കോൽ ഒന്നേ വേണ്ടതുള്ളു. അതുങ്ങളെ മയക്കാനുള്ള വിദ്യയും കോലും എന്റെ കൈവശമുണ്ട്. അല്ലെങ്കിലും നിങ്ങൾ മലയാളർക്ക് തട്ടിമുട്ട് പറയാൻ വിരുതാണെന്നും നിങ്ങൾ കോലു കൊണ്ട് കാളയേയും നായയേയും മയക്കുമെന്നതിൽ എനിക്ക് സന്ദേഹവുമില്ലെന്നും പറഞ്ഞു മന്ദപ്പനെ കഞ്ഞി കുടിക്കുവാൻ ക്ഷണി ച്ചു. അക്ഷമ കാണിച്ച മന്ദപ്പന് ദാഹജലം നൽകി മുന്നിലേക്ക് കൈ ചൂണ്ടിക്കൊണ്ട് ആ കാണുന്നതാണ് കതിവനൂരെ കക്കോണിയെന്ന് പറ ഞ്ഞു.

മന്ദപ്പന്റെ ഉള്ളം കുളിർത്തു.

മനസ്സിൽ ഒരായിരം മയിലുകൾ നർത്തനമാടി. ജീവിതാഭിലാഷ മായ യാത്രയുടെ പര്യവസാനം ആയിരിക്കുന്നു. ആനന്ദം അലയടിച്ച് മന്ദപ്പന്റെ മനസ്സ് സ്പന്ദിച്ചു. ഞാൻ കതിവനൂരിൽ എത്തിയിരിക്കുന്നു.

---

[1] ചെമ്പുപാത്രം

[2] മരബെഞ്ച്

പന്ത്രണ്ട്

വെള്ളാകുളത്തു വയലിൽ ചങ്ങാതിമാരോട് കാത്തിരിക്കുവാൻ പറഞ്ഞ് മന്ദപ്പൻ കാളമ്മൻ കാണിച്ചുകൊടുത്ത വഴിയിലൂടെ നേരമ്മാമന്റെ വീട്ടിലേക്ക് പുറപ്പെട്ടു. കതിവനൂരെ വെള്ളാകുളത്ത് വയലിൽ ചങ്ങാതിമാർ വിശ്രമിക്കുന്ന സമയത്ത് മന്ദപ്പൻ അമ്മാവന്റെ വീട്ടിലെത്തി. ആളുയരം ചാടിക്കുത്തുന്ന കാളയും മരംകയറി കടിക്കുന്ന നായയുമുള്ള വീടിന്റെ കക്കോണി[1] കടന്ന് കപ്പാല[2]യ്ക്കരികിൽനിന്നും നേരമ്മാമാ എന്നു നീട്ടിവിളിച്ചു.

പഴയതാണെങ്കിലും നല്ല വൃത്തിയും വെടിപ്പുമുള്ള വീടായിരുന്നു ധാരപ്പന്റേത്. പുറത്താരുടേതോ ശബ്ദം കേട്ട നേരമ്മായി മാതൈ പുറത്തേക്കിറങ്ങി നോക്കിയപ്പോൾ കപ്പാലയ്ക്കരികിൽ ഒക്കത്തെക്ക പോന്നൊരു യുവാവ് നിൽക്കുന്നതു കണ്ടു.

നീയാര് എന്താണിവിടെ കാര്യം ഇതിനുമുന്നം കാലത്തൊന്നും ഇവിടെയെങ്ങും കണ്ടിട്ടില്ലല്ലോ. ആരാണ് നീയെന്നു വീണ്ടും ചോദിച്ചതു കേട്ട മന്ദപ്പൻ മാതൈയെ നോക്കി ചിരിച്ചു. ഞാൻ മന്ദപ്പനാണ് മാങ്ങാട് മേത്തളിയിലത്തെ കുമരച്ചനാണെന്റെ അച്ഛൻ. പരക്കയില്ലത്ത് ചക്കി എന്റെയമ്മ. നേരമ്മാമനെ കാണാനായിട്ട് മലനാട്ടിൽനിന്നും പോന്നിരിക്കുന്നുവെന്ന് ഒറ്റശ്വാസത്തിൽ മന്ദപ്പൻ പറഞ്ഞു.

മരുമകനെ തിരിച്ചറിഞ്ഞ മാതൈ സന്തോഷംകൊണ്ട് മതിമറന്നു. മരംകയറി കടിക്കുന്ന നായയെ തടുത്തു. വേഗം ചെന്ന് ആളുയരം ചാടിക്കയറി കുത്തുന്ന കാളയെ കെട്ടി കപ്പാല തുറന്നു. മുറ്റത്തെത്തിയ മന്ദപ്പനെ കെട്ടിപ്പിടിച്ചുമ്മ വെച്ചു. ഇപ്പോ നീ എവിടെനിന്നും വരുന്നു, ഈ വഴി ഇതിനുമുന്നെയെങ്ങാനും നീ വന്നിട്ടുണ്ടോ എന്നു ചോദിച്ചു. മലനാട്ടിലെ മാങ്ങാട്ടുനിന്നും കതിവനൂരിലെ നേരമ്മാവനെ കാണാൻ പരക്കയില്ലത്ത് ചക്കിയുടെയും മേത്തളിയില്ലത്ത് കുമരച്ചന്റെയും മോൻ വന്നിരിക്കുന്നുവെന്ന് മന്ദപ്പൻ മറുപടി പറഞ്ഞു.

നേരമ്മാമൻ എവിടെയെന്ന് തിരക്കിയ മന്ദപ്പനോട് ധാരപ്പൻ കച്ചവടം ചെയ്യുവാനായി ചന്തയിലേക്ക് പോയിരിക്കുന്നുവെന്ന് മാതൈ

പറഞ്ഞു. മരുമോനെ എങ്ങിനെ സ്വീകരിക്കണമെന്നറിയാതെ മാതൈ വിഷമിച്ചു. മകൻ അണ്ണൂക്കനെയും കാണുന്നില്ല. എപ്പോഴും ഒരു അത്യാവശ്യസമയത്ത് അവനെ കിട്ടില്ല. കാളമണ്ടയിലോ പെയ്യോട്ടിറയിലോ ഉള്ള ചങ്ങാതിമാരുടെയെടുത്താവും. മാതൈ അണ്ണൂക്കന്റെ വിശേഷങ്ങളും സ്വഭാവമഹിമയും വിവരിക്കുവാൻ തുടങ്ങി. നിനക്കിവിടെ അവൻ നല്ലൊരു കൂട്ടായിരിക്കും, അവന് നീയും.

ഇങ്ങനെയോരോന്ന് പറഞ്ഞുകൊണ്ടിരിക്കെ, നേരമ്മാമൻ ധാരപ്പൻ എത്തിച്ചേർന്നു. ആരാണൊരു മലനാട്ടുകാരൻ വീട്ടിലെന്ന അന്വേഷണഭാവത്തിൽ കപ്പാല തുറന്ന് ധാരപ്പൻ വീട്ടുമുറ്റത്തെത്തി. മാങ്ങാട് മേത്തളിയില്ലത്ത് കുമരച്ചന്റെയും നിങ്ങടെ പെങ്ങൾ ചക്കിയേടത്തിയുടെയും മകൻ നിങ്ങടെ മരുമകൻ മന്ദപ്പനാണിതെന്ന് മാതൈ പറഞ്ഞു. ഇതുകേട്ടപ്പോൾ ധാരപ്പനുണ്ടായ സന്തോഷത്തിന് അതിരില്ലായിരുന്നു. കൊച്ചുമന്ദപ്പനെ മാത്രമേ കണ്ടിരുന്നുള്ളു. പിന്നീട് മാങ്ങാട്ടേക്കു പോയതേയില്ല. കുമരച്ചൻ പലപ്പോഴും വന്നിരുന്നെങ്കിലും മകനെ ഇതുവരെ കൂടെ കൊണ്ടുവന്നിരുന്നില്ല. വീരനായൊരു യോദ്ധാവിന്റെ ലക്ഷണമൊത്ത മരുമകനെ ചേർത്തുപിടിച്ച് മൂർദ്ധാവിൽ ചുംബിച്ചു.

മന്ദപ്പൻ അവരുടെ സ്നേഹപരിലാളനകൾക്കോ സ്വീകരണത്തിനോ വലിയ താല്പര്യം കാണിച്ചില്ല. വേഗത്തിൽ അവന് തിന്നാൻ കൊടുക്കുവാൻ നേരമ്മാവൻ പറഞ്ഞപ്പോൾ കതിവനൂർ വെള്ളാകുളത്ത് വയലിൽ കാത്തിരിക്കുന്ന ചങ്ങാതിമാരെക്കുറിച്ച് പറഞ്ഞു. അതുകേട്ടയുടൻ വന്നതുപോലെ പോകുന്നോ നീ മന്ദപ്പായെന്ന് ചോദിച്ചപ്പോൾ വന്നതു കണക്കെ പോകുകയല്ല ഞാൻ. കാത്തിരിക്കുന്ന ചങ്ങാതിമാർക്കുള്ള ഭക്ഷണത്തിനുള്ള കോപ്പു കൊടുക്കണം. അവരവിടെ ക്ഷീണിച്ചിരിക്കുകയാണെന്നും കേട്ടനേരം മാതൈ അവർക്ക് ഭക്ഷണം വെക്കാനുള്ള അരിയും വിറകും കൊടുത്തു.

മാങ്ങാട് നെടിയ കാഞ്ഞിരമരത്തിന്റെ ചുവട്ടിൽ തന്നെ ചതിയിൽ പെടുത്തിയവരാണെങ്കിലും പിന്നീട് അവരോടൊപ്പം തന്നെയായിരുന്നല്ലോ തന്റെ യാത്രയെന്ന കാര്യം മന്ദപ്പനോർത്തു. അതുകൊണ്ട് അവരെ വിസ്മരിക്കാതെ അവർക്കുള്ള ഭക്ഷണത്തിന്റെ കോപ്പുംകൊണ്ട് മന്ദപ്പൻ വേഗത്തിൽ വെള്ളാകുളത്ത് വയലിൽ ചെന്നു. ഭക്ഷണം വെപ്പാൻ അരിയും കുറച്ചു വിറകുകളും ഒരു കൊള്ളിത്തീയുംകൊണ്ട് അവിടെയെത്തിയ മന്ദപ്പൻ, നിങ്ങൾ എന്നെ ചതിച്ചെങ്കിലും നിങ്ങളോടെനിക്ക് നന്ദി മാത്രമേയുള്ളുവെന്ന് പറഞ്ഞ് അരി വെപ്പാൻ കൊടുത്തുകൊണ്ട് വേഗം വെച്ചു വെയ്പ്പിൻ ചങ്ങാതികളേ, നിങ്ങളെ ഞാൻ ഒരു നിലയിലും ചതിക്കുകയില്ല എന്നു പറഞ്ഞു.

മന്ദപ്പന്റെ സ്നേഹം മനസ്സിലാക്കിയ ചങ്ങാതികൂട്ടങ്ങൾ ലജ്ജിച്ചു തല താഴ്ത്തി. ഇത്രയും ആത്മാർത്ഥതയും സ്നേഹവുമുള്ള ചങ്ങാതിയെയാണല്ലോ ഞങ്ങൾ ചതിച്ചത് എന്ന കുറ്റബോധം അവരെ വിഷമിപ്പിച്ചു. നീ ഞങ്ങളോടൊപ്പം മലനാട്ടിലേക്ക് പോരുന്നില്ലെ മന്ദപ്പായെന്ന് ചോദിച്ചപ്പോൾ ഈയൊരു യാത്ര നിങ്ങൾ പോയി വരൂ, എനിയൊരു യാത്ര വന്നാൽ അന്നേരം ആലോചിക്കാം. നേരമ്മാമനോട് ഞാൻ തിരിച്ചുവരും എന്നു പറഞ്ഞുവന്നതാണ്. ചോറും വിളമ്പി എന്റെ കതിവനൂരമ്മ കാത്തിരിക്കുന്നുണ്ട് എന്നും പറഞ്ഞ് മന്ദപ്പൻ നേരമ്മാമന്റെ വീട്ടിലേക്ക് തിരിച്ചു.

മന്ദപ്പൻ വീട്ടിലെത്തി ചോറുണ്ണുമ്പോഴേക്കും നേരമ്മാമന്റെ മകൻ അണ്ണൂക്കൻ എത്തിയിരുന്നു. മന്ദപ്പനെ കണ്ടമാത്രയിൽ തന്നെ അണ്ണൂക്കന് വളരെയിഷ്ടമായി. പിന്നീടുള്ള ദിവസങ്ങളിൽ അവർ അടുത്ത കൂട്ടായി. അഭ്യാസമുറകളും ഒറ്റയും കുറിയും കളിക്കാനും മന്ദപ്പൻ അവനെ പഠിപ്പിച്ചു.

നേരമ്മാമന് മരുമകനെ കിട്ടിയത് വലിയൊരു ഭാഗ്യമായി തോന്നി. ഇക്കണ്ട കൃഷിയിടങ്ങളും കച്ചവടങ്ങളും നോക്കി നടത്താൻ മകൻ അണ്ണൂക്കന് പ്രാപ്തിയില്ലെന്ന വിഷമത്തിൽ നിൽക്കുമ്പോഴാണ് മന്ദപ്പൻ എത്തിയത്. ഇനിയങ്ങോട്ട് തന്റെ അനന്തരാവകാശിയായിട്ട് അനന്തിരവനും ഉണ്ടല്ലോ. അണ്ണൂക്കനെപോലെതന്നെ അവർ മന്ദപ്പനേയും കണ്ടു. അവരുടെ സ്നേഹവാത്സല്യങ്ങൾ മന്ദപ്പനിൽ വലിയ മാറ്റങ്ങളുണ്ടാക്കാൻ തുടങ്ങി.

ഇനി ഒറ്റയും കുറിയും കളിച്ചുനടന്നാൽ പോരെന്നും എന്തെങ്കിലും പണിയോ കച്ചവടമോ ചെയ്തു ജീവിക്കണം എന്നുമുള്ള ചിന്ത മന്ദപ്പനിൽ ആവേശമുണർത്തി.

---

[1] *പടികൾ കെട്ടിയ കോണി*

[2] *കവാടം, ഗേയ്റ്റ്*

കുഞ്ഞൂട്ടി പെരുവണ്ണാൻ

പതിമൂന്ന്

പ്രാരാബ്ധത്തിന്റെ പെരുങ്കളിയാട്ടങ്ങൾ കരിയിടിക്കലിൽ[1] അവസാനിച്ച സന്ധ്യകളിൽ എണ്ണി തിട്ടപ്പെടുത്തിയ ചില്ലറകളുമായി വീട്ടിലെത്തുന്ന ഒതേനപെരുവണ്ണാന് കുഞ്ഞൂട്ടിയെ തെയ്യാനുഷ്ഠാനങ്ങളുടെ ദൃഷ്ടാദൃഷ്ട ഫലങ്ങളും വകഭേദങ്ങളും വൈവിധ്യങ്ങളും പഠിപ്പിക്കുമ്പോൾ ഉള്ളിലെ ആവേശം അഞ്ചുകാലങ്ങളിലും കൊട്ടി കയറി.

ഇന്നലെകൾ അടയാളപ്പെടുത്തിയ മങ്ങിയ കാഴ്ചകൾ വിസ്മൃതിയിലായ പാഠ്യവേളയിൽ മകന്റെ ഉത്സാഹവും ആവേശവും കണ്ട് പെരുവണ്ണാന്റെ മനസ്സ് നിറഞ്ഞാടി.

"മേലും മനോം[2] കളിയാട്ടമിറ്റത്ത് മറക്കണം."

തോറ്റം പഠിപ്പിക്കുന്നതിനിടയിൽ ഒതേനപെരുവണ്ണാൻ കുഞ്ഞൂട്ടിയോടായി പറഞ്ഞു. കുഞ്ഞൂട്ടി അച്ഛൻ പറയുന്നത് ശ്രദ്ധയോടെ കേട്ടു.

"തോറ്റം വെറുതെ പാടിപ്പോവാനുള്ളതല്ല. കല്ലാടിയുടെ മനസ്സിനെ ചേർത്തുനിർത്തുന്ന ക്രിയീം ചടങ്ങും അയിനോടൊന്നിച്ച് ചെയ്യാന്ണ്ട്. തോറ്റത്തിന്റെ മാറുന്ന ഘട്ടം നോക്കി അതൊക്കെ ചെയ്യണം."

കുഞ്ഞൂട്ടിയുടെ ശ്രദ്ധ അച്ഛനെ കൂടുതൽ ഉത്സാഹിയാക്കി.

കൂടെയുള്ള ആശാൻ തോറ്റത്തിന്റെ സന്ദർഭങ്ങൾ ഓരോന്നായി വിശദീകരിച്ചു.

"മന്ദപ്പന്റെ ജീവിതാണ് ഈ തോറ്റത്തിലൊക്കേം ഉള്ളത്. മനുഷ്യനായി കൊടകിലെത്തി ദൈവായി മലനാട്ടിലേക്കിറങ്ങുന്നതുവരെയുള്ള കാര്യങ്ങൾ കല്ലാടീന്റെ മനസ്സില് നടത്തണം. അല്ലേ പെരുവണ്ണാനെ?"

ആശാൻ ഒതേനപെരുവണ്ണാനെ നോക്കി.

"അതെയതെ. മലയാളക്കരേന്ന് കൊടകിലോളമുള്ള സ്ഥലോം അമ്പലോം ഒക്കെ മനസ്സില് തെളിയണം. മന്ദപ്പന്റെയൊപ്പരംതന്നെ കല്ലാടീം പോണം."

കുഞ്ഞൂട്ടി സശ്രദ്ധം കേട്ടുനിന്നു.

ആശാൻ തുടർന്നു.

"പുതുച്ചൊരം കയിച്ചാൽ അതായത് ആദ്യം കതിവനൂരിൽ ശേഷി

Smitha

കൊണ്ട ദൈവത്തെ കോട്ടത്തിലെ പീഠത്തിലേക്ക് ആവാഹിച്ചാൽ പിന്നെ ദൈവത്തോടൊപ്പം കല്ലാടിയും ഉണ്ടാവണംന്നാ."

'പതികം[3] ചൊല്ലുമ്പോൾ മൊതൽ കല്ലാടി കൂടെയുണ്ടാവണംന്ന് അല്ലേ ആശാനേ?"

ഒതേനപെരുവണ്ണാന്റെ ചോദ്യം ശരിവച്ച് ആശാൻ ചിരിച്ചു.

ആശാനും അച്ഛനും പറയുന്നതെല്ലാം കുഞ്ഞൂട്ടി തന്റെയുള്ളിലേക്ക് ആവാഹിച്ചു. ബാല്യസഹജമായ ഒരു വൈമനസ്യവും തന്നിൽ വരാതിരിക്കാൻ കുഞ്ഞൂട്ടി മനസ്സിൽ പ്രാർത്ഥിച്ചു. ദിവ്യാനുഭൂതിയാർന്ന പകർന്നാട്ടം മനസ്സിലാക്കി കടന്നുവരാൻ ആഗ്രഹിച്ച് അവർ പറയുന്നത് മുഴുവൻ ഉൾക്കൊള്ളാൻ ശ്രമിച്ചു.

"ചുറ്റിക്കെട്ടി കോട്ടത്തിന് മുമ്പ്ന്ന് വരവിളിച്ചാൽ പിന്നെ നീ നിന്നെ തന്നെയങ്ങ് മറക്കണം."

"ഇരുപത്തൊന്ന് ഗുരുക്കന്മാരെ സ്മരിച്ച് ആവാഹിച്ച തലപ്പാളി തലയിലുണ്ടെന്ന വിശ്വാസം എപ്പോം ഉണ്ടാവണം."

"നീട്ടുകവിയും താളവൃത്തോം സ്തുതിയൊക്കെ ചൊല്ലുമ്പോ ഒക്ക പാടാൻ തോറ്റക്കാരുണ്ടാവും. എന്നാലും മനസ്സില് ഓറോടൊപ്പം നീയും തോറ്റം പാടണം."

"എനിയെന്തെങ്കിലും കയിച്ചിട്ടായിക്കൂടെ[5]?"

അമ്മ എല്ലാവരോടുമായി ചോദിച്ചു.

"എന്നാ തിന്നിറ്റ് ബാക്കി അല്ലേ ആശാനേ?"

ഒതേനപെരുവണ്ണാൻ ആശാനെ നോക്കി.

ആവാം എന്ന ഭാവത്തിൽ ആശാൻ തലകുലുക്കി.

ഭക്ഷണസമയത്തും ഓർമ്മയിലുയർന്നുവരുന്ന ഓരോ കാര്യങ്ങളും അച്ഛനും ആശാനും കുഞ്ഞൂട്ടിക്ക് ഉപദേശിച്ചുകൊണ്ടിരുന്നു. ഇതിനോടകം കുഞ്ഞൂട്ടി പട്ടുവത്തെ കാവിൽ കതിവനൂർവീരൻ കെട്ടാൻ പോകുന്ന വിശേഷം ദേശക്കാര് മുഴുവൻ അറിഞ്ഞു. പലരും വീട്ടിലേക്കുവന്നും വഴിയിൽ കാണുന്നേരവും വിവരങ്ങൾ തിരക്കിയും അവരുടെ ഇഷ്ടങ്ങളും ആരാധനയും പ്രകടിപ്പിക്കാൻ തുടങ്ങി. കഴിയുന്നത്ര അഹങ്കാരം കാണിക്കാതെ പെരുമാറാൻ കുഞ്ഞൂട്ടി ശ്രദ്ധിച്ചു.

ഉച്ചയൂണു കഴിഞ്ഞ് വിശ്രമിക്കുന്ന സമയം അപ്പക്കോമരം വിശേഷങ്ങളറിയുവാൻ വീട്ടിലെത്തി. കൂടെ മകൾ വത്സലയും. വത്സല പള്ളിക്കൂടത്തിൽ കുഞ്ഞൂട്ടിയുടെ ഒപ്പമാണ്. തെയ്യം കുറിച്ചതുമുതൽ പള്ളിക്കൂടത്തിൽ പോയിട്ടില്ല. എന്നാൽ പള്ളിക്കൂടത്തിൽ മുഴുവൻ ഇപ്പോൾ കതിവനൂർവീരൻ കെട്ടാൻ പോകുന്ന കുഞ്ഞൂട്ടിയെ കുറിച്ചുള്ള വിശേഷങ്ങളാണെന്ന് വത്സല അടുത്തുവന്നു പറഞ്ഞു.

"എല്ലാരും അറിഞ്ഞോ?"

"ഇനി അറിയാത്തോരായിട്ട് ആടയാരൂല്ല. കുട്ടികളെല്ലാരും കുഞ്ഞൂട്ടീനപ്പറ്റി തന്ന്യാ പറേന്നത്."

വത്സലയോട് സംസാരിക്കുന്നത് ആരെങ്കിലും ശ്രദ്ധിക്കുന്നുണ്ടോയെന്ന് നോക്കുമ്പോൾ അപ്പക്കോമരം അച്ഛനോടും ആശാനോടും വിശേഷങ്ങൾ പങ്കു വെക്കുകയായിരുന്നു.

"ഇയാളെപ്പറ്റി ഇപ്പോ എല്ലാരും പറഞ്ഞുകൊണ്ടിരിക്കുവാണ്."

വത്സലയുടെ വാക്കുകൾ കേട്ടപ്പോൾ ഉള്ളിൽ ഒരഭിമാനം തലപൊക്കി. എന്നാൽ അത് ഒരു അഹങ്കാരമായി രൂപാന്തരപ്പെടാതിരിക്കാൻ കുഞ്ഞൂട്ടി ശ്രദ്ധിച്ചു. അവളോട് മറുപടി പറയുന്നതിനുപകരം വെറുതെ ചിരിച്ചു.

"കോലക്കാരനെയൊന്ന് ശെരിക്കും കാണട്ടെ."

അപ്പക്കോമരം കുഞ്ഞൂട്ടിയെ അടുത്തുവിളിച്ചു.

"കളരിയഭ്യാസോം തോറ്റോം പഠിച്ചെന്ന് ആശാന്റെടുത്ത്ന്ന് കേട്ടപ്പോഴാ ശ്വാസം നേരെയായത്."

അപ്പക്കോമരം തന്റെ സന്തോഷം അറിയിച്ചു.

അഭ്യാസമുറകളും തോറ്റങ്ങളും വളരെ വേഗത്തിൽ കൈവശായിന്നറിഞ്ഞപ്പോൾ അപ്പക്കോമരത്തിനായിരുന്നു കൂടുതൽ ആശ്വാസം. കുഞ്ഞൂട്ടിയെക്കൊണ്ട് കോലം കെട്ടിക്കാൻ ആദ്യം ആവശ്യപ്പെട്ടത് അപ്പക്കോമരമായിരുന്നു. അപ്പോൾമുതൽ അപ്പകോമരത്തിന്റെയുള്ളിൽ ചെറിയൊരാധിയുണ്ടായിരുന്നു. കുഞ്ഞൂട്ടിയെ കൊണ്ട് നിവൃത്തിക്കാനായില്ലെങ്കിൽ എല്ലാവരും ആദ്യം കുറ്റം ചാർത്തുക അപ്പക്കോമരത്തിലായിരിക്കും. കുഞ്ഞൂട്ടിയുടെ ഉത്സാഹവും ജാഗ്രതയും ആശാൻ വിവരിച്ചുകൊടുത്തപ്പോൾ അപ്പകോമരം തൃപ്തനായി.

"എനി സമാധാനത്തോടെ ഒറങ്ങാം."

യാത്ര പറയാൻനേരം അപ്പകോമരം പറഞ്ഞു.

അച്ഛനും ആശാനും ചിരിച്ചു.

അപ്പകോമരവും വത്സലയും പോയിക്കഴിഞ്ഞയുടൻ അച്ഛനും ആശാനും അടുത്തെത്തി.

"തിരുമുടി ശിരസ്സിലേറ്റി കലാശം എങ്ങനെയാ തൊടങ്ങ്വാ?"

അച്ഛൻ ചോദിച്ചു.

"വാളുവീശി താളത്തിനൊപ്പം ചെമ്മരിത്തറയ്ക്ക് പ്രദക്ഷിണം ചെയ്യണം." നിഷ്ക്കളങ്കതയോടെ കുഞ്ഞൂട്ടി ഉത്തരം നൽകി.

അച്ഛൻ ശബ്ദമുയർത്തി ചോദിച്ചു, "ചെമ്മരത്തിത്തറയോ? അതേതാ അങ്ങിനെയൊരു തറ?"

തന്റെ നിശ്ശബ്ദത കണ്ടിട്ടാവണം അച്ഛൻ തുടർന്നു, "അത് ചെമ്മരത്തിത്തറയല്ല. വടക്കേൻഭാഗത്തെ തറയാ. യുദ്ധക്കളമാണത്. മന്ദപ്പന്റെ

യുദ്ധമാണെടോ കാണിക്കുന്നത്. പടയിൽ വീഴുന്നതല്ലേ കാണിക്കേണ്ട ത്. മന്ദപ്പനെന്തിനാ ചെമ്മരത്തി തറയിൽ പോയി വീഴുന്നേ?"

അച്ഛൻ പറയുന്നത് ശരിയാണെന്ന് കുഞ്ഞൂട്ടിക്ക് മനസ്സിലായി. ഇത്ര യുംകാലം കേട്ടത് അത് ചെമ്മരത്തി തറയാണെന്നാണ്.

"എനി ഒരു കാര്യം കൂടി, കലാശം കയിഞ്ഞാലുടനെ പോയി പീഠ ത്തില് കേറിയിരിക്കരുത്."

"പീഠവഴക്കത്തിന് മുമ്പ് മുപ്പത്തൈവരെ സ്മരിക്കണം."

അച്ഛൻ ഒന്നു നിർത്തി കൂടുതൽ അടുത്തേക്ക് വന്നു. ചെവിയിൽ മന്ത്രിക്കുന്നതുപോലെ പറഞ്ഞു.

"മുപ്പത്തൈവര് ദൈവങ്ങൾക്കാ പരശുരാമനുണ്ടാക്കിയ മുപ്പത്തി യാറ് പീഠത്തിൽ ഒന്നു ബാക്കിവെച്ചിട്ട് കല്പിച്ചത്. ആ പീഠത്തിന്റെ അവകാശം സ്ഥാപിച്ചിറ്റാണ് പീഠത്തിലിരിക്കേണ്ടത്."

"കതിവനൂർവീരൻ മുപ്പത്തൈവരിൽ പെടൂലാ. അതോണ്ടാ."

ആശാൻ അച്ഛനെ നോക്കി. അത് ശരിയെന്ന് അച്ഛൻ തലയാട്ടി.

പിന്നീട് മന്ത്രോപദേശം തരുന്നതുപോലെ പീഠവഴക്കത്തിനു മുന്നെ യുള്ള വാക്ചാല് മന്ത്രിച്ചു. രണ്ടുമൂന്നുതവണ ആവർത്തിച്ചപ്പോഴേക്കും മനഃപാഠമായി.

"ഇതെന്നും ഓർമ്മേലുണ്ടാവണം. മുപ്പത്തൈവരിൽ പെടാത്ത ഏത് ദൈവത്തെ നിവൃത്തിക്കുമ്പോഴും ഇത് ചെല്ലണം."

അങ്ങനെ ചടങ്ങുകളും വാക്ചാലുകളും പഠിച്ചും പഠിപ്പിച്ചും കഴി യവെ തെയ്യം തുടങ്ങുന്ന ദിവസം വന്നെത്തി.

---

1 കളിയാട്ടസമയത്ത് കാവിനകത്തുള്ള ദേവതകൾ പുറത്തിറങ്ങും. കളിയാട്ട ങ്ങൾ തീർന്നാൽ പുറത്തേക്കിറങ്ങിവന്ന ദേവതകളെ കാവിന് അകത്തേക്ക് തിരി ച്ചയക്കുന്ന കർമ്മങ്ങൾ.

2 ശരീരവും മനസ്സും

3 കുടകുമലയിൽനിന്നും പള്ളിയറയിലെ പീഠത്തിലേക്ക് ദൈവത്തെ ആവാ ഹിക്കുക.

4 കഥാസംഗ്രഹം (തോറ്റത്തിലെ പ്രധാനഭാഗം)

5 ഭക്ഷണം കഴിക്കുക

പതിനാല്

തെയ്യം തുടങ്ങുന്ന ദിവസം

നാല്പത്തിയൊന്നുദിവസത്തെ വ്രതം പൂർത്തിയായി. തെയ്യത്തിന് സഹായികളായി ക്ഷണിച്ചവരെല്ലാം വീട്ടിലെത്തിച്ചേർന്നു. അമ്മയോടും ഏച്ചിയോടുമൊപ്പം മറ്റു ബന്ധുക്കളായ സ്ത്രീകളും അടുക്കളയിൽ സദ്യയൊരുക്കി.

ഒരു വലിയ അടിയന്തിരത്തിനുള്ള ആളുകളുണ്ടായിരുന്നു. ഇറയത്തും[1] മുറ്റത്തുമായി എല്ലാവരും വർത്തമാനം പറഞ്ഞും വിശേഷങ്ങൾ തിരക്കിയും ചില തമാശകൾ പറഞ്ഞു ചിരിച്ചുകൊണ്ട് അവർ ഒരു ആഘോഷത്തിന്റെ പൊലിമയുണ്ടാക്കി.

"ചിരുതിയേ..."

അടുക്കളയിലേക്ക് നോക്കി അച്ഛൻ നീട്ടിവിളിച്ചു.

"പടിഞ്ഞാറ്റയിൽ വിളക്ക് കത്തിക്കൂ."

അമ്മ വേഗത്തിൽ പടിഞ്ഞാറ്റയിൽ ഒരുക്കിവെച്ച നിലവിളക്ക് കത്തിച്ചു. ആശാനും അച്ഛനും ചേർന്ന് കതിവനൂർവീരന്റെ പൂക്കട്ടി തിരുമുടിക്കു മുന്നിലായി തിരുവായുധങ്ങളായ പരിചയും താരിയും വച്ചു. വിളക്കിനുമുന്നിലെ പലകയ്ക്ക് മുന്നിൽവച്ച കൊടിയിലയിൽ വല്യച്ഛൻ ചോറും കറികളും വിളമ്പി. ഒരു കൊച്ചു വാൽകിണ്ടിയിൽ കള്ള് വീത്തുവെച്ചു[2]. ആശാനും അച്ഛനും ചേർന്ന് എന്നെക്കൊണ്ട് ചില കർമ്മങ്ങൾ ചെയ്യിച്ചു. ഒന്നും കൃത്യമായി മനസ്സിലാക്കിയില്ലെങ്കിലും അവർ പറയുന്നതുപോലെ അനുസരിച്ചു.

"ഇനി എല്ലാരും ഊണ് കയിച്ചാട്ടെ."

ഇറയത്തും അകത്തിറയത്തുമൊക്കെ ഇരുന്ന് എല്ലാവരും പെട്ടെന്ന് സദ്യ കഴിച്ചു. കുറ്റം പറയാനില്ലാത്ത ഭക്ഷണമായിരുന്നു വീട്ടിൽ ഒരുക്കിയിരുന്നത്. സദ്യയൊരുക്കാനുള്ള പുന്നെല്ലും പച്ചക്കറികളും അപ്പ കോമരവും കാര്യക്കാരും രണ്ടുദിവസം മുന്നേ വീട്ടിലെത്തിച്ചിരുന്നു.

"നീ ഇവര്ടെ കൂടെ ഇരിക്കേണ്ട." ഇല വെക്കുന്നതിനുമുന്നെ ആശാൻ കുഞ്ഞൂട്ടിയോട് പറഞ്ഞു. "നിനക്ക് അംശം[3] കഴിക്കാം."

കതിവനൂർവീരന് നിവേദ്യമായി നാക്കിലയിൽ വിളമ്പിയ ചോറും കറികളും അരിയെറിഞ്ഞ് തൊഴുതു മടക്കിയതിനുശേഷം എടുത്ത് ആശാൻ കുഞ്ഞൂട്ടിക്ക് നൽകി. അംശം കഴിക്കുന്നത് മുഴുവനാക്കുവാനായി 'വീത്തു' വെച്ച കള്ള് ഒരു തുള്ളിയെടുത്ത് സേവിച്ചു.

“പൊറപ്പെടാൻ നേരായി. എല്ലാവരും കുഞ്ഞൂട്ടിന അനുഗ്രഹിക്കണം.” അച്ഛൻ എല്ലാവരോടുമായി പറഞ്ഞു.

കുഞ്ഞൂട്ടിയുടെ മനസ്സിൽ ഒരു വെപ്രാളം.

ഒരു മ്ലാനതയോ സ്തംഭനാവസ്ഥയോ എന്ന് തിരിച്ചറിയാനാവാത്ത ഒരു വികാരം.

അതല്ല, ആഹ്ലാദത്തിന്റെ ഒരു ഉന്നതമായൊരു വികാരമാണോയെന്ന് അറിയാനാവാത്ത ഒരു മരവിപ്പ്.

എല്ലാവരും പടിഞ്ഞാറ്റയിലും ഇറയത്തുമായി തിരക്കു കൂട്ടി നിന്നു.

“മൂപ്പുസ്ഥാനം നോക്കി ഓരോരുത്തർക്കായി വെറ്റില കൊടുത്ത് കാലിൽ നമസ്ക്കരിക്കാ.” അച്ഛൻ പതുക്കെ പറഞ്ഞു.

വല്യച്ഛൻ, അച്ഛൻ, ആശാൻ തുടങ്ങി ഓരോരുത്തരുടെയും മൂപ്പിൽസ്ഥാനം നോക്കി നമസ്ക്കരിച്ചു. അച്ഛൻ പറയുന്ന മുറയ്ക്ക് ഓരോരുത്തരുടെയും കാൽക്കൽ നമസ്ക്കരിച്ചു.

നിലവിളക്കിൽ അരിയെറിഞ്ഞ് അച്ഛൻ നാലുദിക്കിനേയും വണങ്ങിയതിനുശേഷം കതിവനൂർവീരന്റെ മുടിയായ പൂക്കട്ടിയെടുത്ത് എന്റെ കയ്യിൽ തന്നു.

“അഷ്ടദിക്കുകളെ തൊഴുതു വലംതിരിഞ്ഞ് ഇറങ്ങിക്കോ.”

“തിരിഞ്ഞുനോക്കാണ്ട് പടിയെറങ്ങണം.”

ആശാന്റെ ശബ്ദം ഉച്ചത്തിലായിരുന്നു.

പൂക്കട്ടിമുടിയുമായി ഇറങ്ങിയ കുഞ്ഞൂട്ടിയുടെ മുന്നിൽ കൈവിളക്കുമായി അച്ഛൻ. തൊട്ടുപിന്നിൽ ഇറങ്ങിയ ആശാനോടൊപ്പം വല്യച്ഛനും അവരുടെ പിറകിൽ സഹായത്തിനെത്തിയവരും ബന്ധുക്കളും ഒരു ആഘോഷം കണക്കെ പടിയിറങ്ങി.

പുതിയ കോലക്കാരന്റെ വരവ് കാണുവാൻ വഴിനീളെ ആളുകളുണ്ടായിരുന്നു. ഒരു കാഴ്ചവസ്തുവിനെയോ അല്ലെങ്കിൽ ഒരു പ്രമാണിയെയോ കാണുന്നതുപോലെ ആളുകൾ ആദരവോടെ വഴികൾക്കിരുപുറവും നിന്നു നോക്കുന്നതു കണ്ടപ്പോൾ പതിനാലുകാരനിൽ അവനറിയാതെ ഉള്ളിൽനിന്നൊരഭിമാനമുയർന്നു.

പിന്നിലായി നടക്കുന്നവർ മുൻകാലത്തെ തെയ്യങ്ങളെക്കുറിച്ചും അടുത്തിടെ കഴിഞ്ഞ കളിയാട്ടവിശേഷങ്ങളും പറയുന്നുണ്ടായിരുന്നു. ഒന്നിലും ശ്രദ്ധകൊടുക്കാൻ കഴിഞ്ഞിരുന്നില്ല. മനസ്സിൽ കുടിയിരുത്തിയ കതിവനൂർവീരൻ മാത്രമായിരുന്നു ഉള്ളുനിറയെ.

അകാരണമായൊരാനന്ദം ഗൂഢമായി ഉള്ളിൽനിന്നും ഉയർന്നുകൊണ്ടിരുന്നു. തളർച്ച തോന്നാത്ത ആ യാത്ര പട്ടുവത്തെ പള്ളിയറയ്ക്കടുത്തെത്തുമ്പോഴേക്കും എല്ലാവരിലും ആവേശമൊട്ടും കുറയാതെതന്നെയുണ്ടായിരുന്നു.

കമാനങ്ങളുയർത്തിയും കുരുത്തോലകൊണ്ടലങ്കരിച്ചും പള്ളിയറ മനോഹരമാക്കിയിരിക്കുന്നു. അണിയറയിലേക്ക് പോകുന്നതിനുമുന്നെ തിരുനടയിൽ തൊഴുതു.

അച്ഛൻ പറഞ്ഞതനുസരിച്ച് മൂപ്പിൽസ്ഥാനം നോക്കി കാരണവന്മാരേയും ഊരാളന്മാരേയും കഴകക്കാരേയും വണങ്ങി.

എല്ലാ ദൃഷ്ടികളും എന്നിലേക്കായിരുന്നു. എന്നാൽ പതർച്ചയൊന്നും തോന്നിയില്ല. നേരത്തെയുണ്ടായ മരവിപ്പ് അല്പം അയവുവന്നു.

"ദൈവം കൂടെയുണ്ടാവും."

കൈകളുയർത്തി അനുഗ്രഹിക്കുമ്പോൾ ഊരാളന്മാരും കഴകക്കാരും പറഞ്ഞു.

"എല്ലാം ദൈവത്തിന്റെ അനുഗ്രഹം."

അച്ഛൻ കൂടുതൽ വിനയാന്വിതനായി.

മുഖ്യകാരണവർ മൂപ്പിൽനായരും കലാശക്കാരൻ കറപ്പനച്ചനും കൂടി എല്ലാവരേയും അണിയറയിലേക്കാനയിച്ചു.

"എന്തേലും കൊറവുണ്ടെങ്കിൽ ചോയിക്കാൻ മടിക്കേണ്ട കേട്ടോ പെരുവണ്ണാനെ." മൂപ്പിൽനായർ അച്ഛനോട് പറഞ്ഞു.

വിനയത്തോടെ അച്ഛൻ പറഞ്ഞു. "അടിയൻ...എന്തേലുമുണ്ടേൽ പറഞ്ഞോളാം."

പിന്നീട് അച്ഛൻ എന്റെ നേർക്കു നോക്കി.

"പൂക്കട്ടി ഇങ്ങു താ."

കൈവിളക്ക് അണിയറയുടെ മധ്യത്തിൽ വച്ചു പൂക്കട്ടി വാങ്ങി മുകളിൽ കെട്ടിത്തൂക്കി.

കാര്യക്കാർ ഇടയ്ക്കിടെ അണിയറയിൽ വന്ന് ആവശ്യങ്ങളന്വേഷിച്ചുകൊണ്ടിരുന്നു. കൂടെ വന്നവർ ഓരോരുത്തർ ഓരോ മൂലയിൽ ഓലക്കീറ്റിൽ ഇരുന്ന് മുറുക്കിയും കഥ പറഞ്ഞും ഇരുത്തമായി. എല്ലാവരേയും ശ്രദ്ധിച്ചെങ്കിലും മനസ്സിൽ അനുഷ്ഠിക്കേണ്ടുന്ന കർമ്മങ്ങൾ തെളിഞ്ഞുവരികയായിരുന്നു.

---

1 വരാന്തയിൽ

2 ഒരു കൊച്ചു വാൽക്കിണ്ടിയിൽ കള്ള് നിവേദ്യമായി വെക്കുന്നത്

3 നിവേദ്യം വച്ചത് കഴിക്കാൻ പങ്കുചേരുക

പതിനഞ്ച്

വാല്യക്കാരും പെണ്ണുങ്ങളും കുട്ടികളും പള്ളിയറയ്ക്കു ചുറ്റും നിറഞ്ഞു. പുതുക്കിപണിത പള്ളിയറയും, പുതുതായി കെട്ടുന്ന കോലക്കാരനെയും ഒരേ ആവേശത്തിലാണെല്ലാവരും നോക്കിക്കണ്ടത്.

വ്രതം നോറ്റിരിക്കുന്ന അപ്പകോമരവും ഊരാളന്മാരും പള്ളിയറയ്ക്കകത്തെ കർമ്മങ്ങൾ ആരംഭിച്ചു.

"തൊടങ്ങിതോറ്റം ചുറ്റിക്കെട്ടാൻ നേരായി."

അണിയറയിൽ ഒരു മൂലയിൽ ഇരിക്കുന്ന കുഞ്ഞൂട്ടിയോട് ഒതേന പെരുവണ്ണാൻ പറഞ്ഞു.

വേഗത്തിൽ എഴുന്നേറ്റ് കിണ്ടിയിൽ വെള്ളമെടുത്ത് മുഖം കഴുകി. അച്ഛനും വല്യച്ഛനും ആശാനും ചേർന്ന് ഉടുത്തുകെട്ടിച്ചു.

"എനി കൈവിളക്കിന്റെ മുമ്പിലെ തലപ്പാളി വന്ദിക്കുക. ഇരുപത്തിയൊന്നു ഗുരുക്കന്മാരാണ് തലപാളികളിലുള്ളതെന്ന് മറക്കാൻ പാടില്ല."

കത്തിച്ചുവെച്ച കൈവിളക്കിന് മുന്നിൽ വച്ച വെള്ളിയിൽ തീർത്ത തലപ്പാളി തൊഴുതു. അമ്മയും അച്ഛനും തുടങ്ങി ബന്ധുക്കളെയും ഗുരുക്കന്മാരേയും ദേശാധികാരിയെയും പഞ്ചഭൂതങ്ങളേയും രാജാവിനെയും സ്മരിച്ച് ഗുരുവന്ദനം ചെയ്തു.

കൈവിളക്കിനേയും തലപ്പാളിയേയും നമസ്ക്കരിച്ചു. ചിട്ടയനുസരിച്ച് മൂപ്പുസ്ഥാനം നോക്കി അണിയറയിലെത്തിയ ബന്ധുക്കളെയും സഹായികളെയും വന്ദിച്ചു. പള്ളിയറ മുറ്റത്തേക്ക് നടക്കുമ്പോൾ ഒരു വിറയൽ.

കിഴക്കെ ഗോപുരത്തിൽ തൊഴുതതിനുശേഷം ദേവസ്ഥാനത്തിന് മുന്നിൽവച്ച പീഠത്തിനരികെ വന്നുനിന്നു. വാദ്യക്കാർ ചെണ്ടമേളം തുടങ്ങി. ചെണ്ടയുടെ ശബ്ദത്തിൽ അച്ഛൻ പറയുന്നത് പലതും മനസ്സിലായില്ല. എങ്കിലും ഒരുൾപ്രേരണയിലെന്നോണം ചിരപരിചിതനെന്നപോലെ തലയിൽ പട്ടും തലപ്പാളിയും കെട്ടി. മദ്ദളം അരയിൽ മുറുക്കിയതിനുശേഷം കൊടിയില വാങ്ങാൻ തയ്യാറായി നിന്നു.

വാദ്യഘോഷം ഉച്ചസ്ഥായിയിലെത്തി.

കൊടിയിലയിൽ അരിയും പൂവും വെറ്റിലടക്കയും ചന്ദനവുമായി കോമരം മുന്നിലെത്തി. വണങ്ങി കുനിഞ്ഞ് കൊടിയില വാങ്ങി. അരിയും പൂവും പീഠത്തിൽ കളത്തിൽ വെച്ചു.

മൂപ്പുസ്ഥാനം നോക്കി വെറ്റിലടക്ക നൽകിയനുഗ്രഹം വാങ്ങിച്ച തിനുശേഷം നടയിലേക്ക് നോക്കി. അരിയെറിഞ്ഞു വരവിളിച്ചപ്പോൾ ഒരു ഇളംകാറ്റുപോലെ ഏതോ ഒരു ദിവ്യശക്തിയുടെ സാമീപ്യം തിരി ച്ചറിഞ്ഞു. അച്ഛനും ആശാനും വല്യച്ഛനും മറ്റു സഹായികളുമൊക്കെ ചുറ്റുംനിന്ന് തോറ്റം പാടുന്നുണ്ടെങ്കിലും നിർത്താതെ അവരുടെയൊപ്പം തന്നെ തോറ്റം ചൊല്ലി.

ചുറ്റും കൂടിനിൽക്കുന്ന പുരുഷാരങ്ങളുടെ ഭക്ത്യാദരവ് നിറഞ്ഞ നോട്ടവും വാദ്യക്കാരുടെ പതിഞ്ഞ താളവും ഒക്കതോറ്റക്കാരുടെ ഈണവും കൂടി ചേർന്നൊരു മായികലോകം പള്ളിയറയ്ക്കു ചുറ്റും ദർശിക്കാനായി. ദീപപ്രഭയിൽ ലയിച്ച തോറ്റംപാട്ടിന്റെ താളവിന്യാ സത്തിൽ കതിവനൂർവീരചരിതത്തിന്റെ പ്രധാനഭാഗങ്ങൾ പള്ളിയറ മുറ്റത്ത് പുനരവതരിച്ചു.

ഒതേനപെരുവണ്ണാന്റെ ആംഗ്യഭാഷ ശ്രദ്ധിച്ച വാദ്യക്കാർ താളമു യർത്തി കൊട്ടി. ദൈവത്തിന്റെ പരകായ പ്രവേശത്തിന്റെ ആദ്യലക്ഷ ണമെന്നോണം ശരീരം ആകെ ഉലച്ചുകൊണ്ട് ഇളകിയാടി മദ്ദളം അഴിച്ച് ഉയർത്തിയെറിഞ്ഞു. വീത്തുകിണ്ടിയിലെ മദ്യം പുറത്തേക്ക് കളഞ്ഞ് കുടിക്കുന്ന ഭാവത്തിൽ കിണ്ടിയുടെ വാൽ വായിൽ വച്ച് അരമണ്ഡ ലത്തിൽ വട്ടംകറങ്ങി. ചെണ്ടമേളം ഏറ്റവും ഉയർന്ന കാലത്തിലെത്തി. ജനസഞ്ചയം ആർപ്പുവിളികൾ മുഴക്കി. കോമരം ഇറങ്ങിവന്ന് അരി യെറിഞ്ഞു വന്ദിച്ചു പുറകോട്ട് മാറി.

കാലുകൾ അകത്തി പിന്നീടു പുറകോട്ട് വലിഞ്ഞമർന്ന് ചാടി തൊഴുത് പീഠത്തിൽ വച്ച വാളെടുത്ത് വീശി. ആശാൻ പഠിപ്പിച്ചതോ പുതുതായി സ്വയം സിദ്ധമായതോ ഒന്നുമറിയാതെ ഉച്ചത്തിലുള്ള വാദ്യ ത്തിന്റെ താളക്രമത്തിനൊപ്പിച്ച് വീശി പയറ്റി. വാൾവലി, വലിഞ്ഞു കൊത്തൽ, അടിവാൾകൊത്തൽ തുടങ്ങി അഭ്യസിച്ചതും അല്ലാത്ത തുമായ സ്വയംകൃതിയായി അന്തർവേദനത്തിൽ കടന്നുവന്നതൊക്കെ പ്രകടനമായി പുറത്തെടുത്തപ്പോൾ കൂടികൊണ്ട ജനങ്ങളിൽ ആവേശ ത്തിന്റെ തിരയിളകി.

വാളുകൾ മാറ്റിയെടുക്കുന്ന ഇടവേളയിലൊരിക്കൽ ഒരു മിന്നായം പോലെ അച്ഛന്റെ മുഖത്ത് മിന്നിമറിയുന്ന അഭിമാനഭാവം ശ്രദ്ധിച്ചു. അത്യന്തം ആവേശത്തോടെ അടുത്തുനിൽക്കുന്ന ആശാൻ പ്രോത്സാ ഹനഭാവത്തിൽ കണ്ണുകൾ വിടർത്തി തലയാട്ടി.

വർദ്ധിച്ച ആവേശത്തിനാൽ പതിനെട്ടുതരം വാളും കൂട്ടിതൊഴൽ കൂടി അവസാനിച്ചപ്പോൾ പുരുഷാരത്തിനൊപ്പം കൂടെയുണ്ടായ കനലാടികളും സഹായികളും ആവേശത്തിമർപ്പിലായി. ഉറുമിയിലേക്ക് നീങ്ങിയപ്പോൾ ആവേശത്താൽ ജനങ്ങൾ ആർപ്പുമുഴക്കി. ഇരുകൈകളിലുമെടുത്ത ഉറുമി ഉയർത്തി വീശുന്നതിനിടയിൽ 'ഇനി മതിയാക്കാം' എന്ന ഭാവം വിരിയുന്നത് അച്ഛന്റെ മുഖത്തു കണ്ടു. ഊരാളന്മാരും കഴകക്കാരും സംതൃപ്തിയോടെ ദൈവത്തെ നോക്കി തൊഴുതു. ചടങ്ങവസാനിപ്പിച്ച് വെറ്റിലവാങ്ങി അച്ഛന്റെ കൈപിടിച്ചു നേരെ അണിയറയിലേക്കു വരുമ്പോൾ എല്ലാവരും വിടർന്ന കണ്ണുകളോടെ നോക്കി. കൈവിളക്കിനു മുന്നിൽ തലപ്പാളി വച്ച് നമസ്ക്കരിച്ചു. സകല ക്ഷീണവും തളർച്ചയും കൈവിളക്കിനുമുന്നിൽ സമർപ്പിച്ച് എഴുന്നേറ്റപ്പോൾ അച്ഛൻ ചേർത്തു നിർത്തി കെട്ടിപ്പിടിച്ചു.

"ദൈവം നിന്നെ അനുഗ്രഹിച്ചിരിക്കുന്നു."

അച്ഛന്റെ കണ്ണുനിറഞ്ഞിരുന്നു.

"തൊടങ്ങിതോറ്റം ഒരു ചെറിയ ചടങ്ങല്ലെ. എന്നാൽ നീയതങ്ങ് ജോറാക്കി."

വല്യച്ഛൻ അടുത്തുവന്ന് പുറത്ത് തട്ടി പറഞ്ഞു.

"വാൾവലിയും അടിവാൾകൊത്തലും ഒക്കെ നീ ഉശാറാക്കി. ഞാനാകെ അമ്പരന്നുപോയി."

ആശാൻ അതിശയം മറച്ചുവെക്കാതെ പറഞ്ഞു. ഉടുത്തുകെട്ടിയതൊക്കെ അഴിച്ച് അണിയറയിലിരിക്കുന്നേരം കോമരവും ഊരാളന്മാരും വന്ന് തങ്ങളുടെ സന്തോഷം പങ്കുവച്ചു.

"ഞാനന്നേ പറഞ്ഞിറ്റല്ലെ പെരുണ്ണാനെ മോൻ തകർക്കൂന്ന്."

അപ്പകോമരം സന്തോഷത്തോടെ പറഞ്ഞു.

"എല്ലാം ദൈവകാരുണ്യം."

ഒതേനപെരുവണ്ണാൻ ശബ്ദം താഴ്ത്തി പറഞ്ഞു.

"എനി നാളത്തെ തോറ്റോം തെയ്യോം കൂടി ഭംഗിയാക്കിയാ മതി."

തുടങ്ങിതോറ്റം ചെറിയൊരു ചടങ്ങായി മാത്രം ചെയ്താൽ മതിയെന്ന് ആശാൻ സൂചിപ്പിച്ചിരുന്നെങ്കിലും അച്ഛന്റെ നിർബന്ധമായിരുന്നു ഒരു ചടങ്ങിലൊതുക്കരുതെന്ന്. ഞാൻപോലും പ്രതീക്ഷിക്കാത്ത തരത്തിൽ ഗംഭീരമായി തീർന്നതിൽ ചെറിയൊരു അഭിമാനം തോന്നി.

രണ്ടാംദിവസം എല്ലാവരും നല്ല തിരക്കിലായിരുന്നു. പൂക്കട്ടിമുടിക്ക് അലങ്കരിക്കുവാനുള്ള പൂമാലകൾ തയ്യാറാക്കലും മറ്റും അണിയലുകൾ ഒരുക്കിവെക്കുന്നതും മറ്റു തെയ്യങ്ങളുടെ കോപ്പുകൾ ഒരുക്കുന്നതുമൊക്കെയായി ആർക്കും വിശ്രമമുണ്ടായില്ല.

അപ്പകോമരത്തെ കാണാനെത്തിയ വത്സലയോടൊപ്പം വന്ന കൂട്ടു

കാരികൾ അണിയറയിലിരിക്കുന്ന തന്നെ നോക്കി എന്തൊക്കെയോ പറയുന്നതു കണ്ടു. എല്ലാവരുടെയും മുന്നിൽ ഒരു പ്രത്യേക പദവി തനിക്കാണെന്നൊരു തിരിച്ചറിവിൽ കൃത്രിമമായൊരു ഗൗരവം മുഖത്തു വരുത്താൻ ശ്രമിച്ചു. അകലെനിന്നു തന്നെ നോക്കി ചിരിച്ചുകാണിച്ച് അവർ ഉച്ചയ്ക്കുമുമ്പെ വീട്ടിലേക്ക് തിരിച്ചു.

സന്ധ്യക്കുമുമ്പെ പരിസരങ്ങൾ നിറഞ്ഞു.

പുതിയ കോലക്കാരന്റെ അരങ്ങേറ്റത്തിനു സാക്ഷിയാകുവാൻ മറ്റു ദേശങ്ങളിൽനിന്നുപോലും ആളുകളെത്തിച്ചേർന്നു. സന്ധ്യയോടുകൂടി തോറ്റത്തിനൊരുങ്ങി. ആശാനെയും വല്യച്ഛനേയും കൂടാതെ സഹായിക്കാനെത്തിയവരും ചുറ്റിക്കെട്ടാൻ സഹായിച്ചു. കെട്ടിക്കൊണ്ടിരിക്കുന്ന സമയത്ത് ഉപദേശമായി പലതും അവർ പറയുന്നുണ്ടായിരുന്നു.

“ഇന്നലത്തെയത്ര അഭ്യാസം വേണംന്നില്ല.”

“തോറ്റം എല്ലോന്നും ചെല്ലണംന്നില്ല. ഇടയ്ക്ക് നമ്മളോടൊപ്പം ചേർന്നാ മതി.”

“ഉറുമി പയറ്റുമ്പോ നല്ലോണം ചരതിക്കണം[1].”

“ഓതിരം മറഞ്ഞ് വാളെടുക്കുമ്പോൾ പീഠത്തിന്റെ അകലം നോക്കണേ.”

ഉപദേശങ്ങളിൽ ശ്രദ്ധ കൊടുത്തെന്നു വരുത്തി എല്ലാവരേയും വണങ്ങി പള്ളിയറമുറ്റത്ത് തോറ്റത്തിന് തയ്യാറായി.

തോറ്റങ്ങളും വാദ്യങ്ങളും ആവേശത്തിൽ ലയിച്ച സന്ധ്യയിൽ കഴിഞ്ഞ ദിവസത്തേതിലും ഗംഭീരമായി ചടങ്ങൊപ്പിച്ചു. കൂടിക്കൊണ്ട പുരുഷാരങ്ങളെ അതിശയിപ്പിക്കുമാറ് പയറ്റുകൾ പുറത്തേക്ക് വന്നു. തോറ്റംപാട്ടിൽ ശ്രദ്ധ കൊടുക്കാതിരുന്നുവെങ്കിലും തകർപ്പ് കാണാനായിട്ടെത്തിയ പുരുഷാരങ്ങളെ ആവേശകൊടുമുടിയിലെത്തിച്ച് ചടങ്ങുകൾ അവസാനിപ്പിക്കുമ്പോൾ ഒരു വലിയ കാറ്റും കോളും അവസാനിച്ചതുപോലെ ശാന്തമായി. അണിയറയിലേക്ക് മടങ്ങുമ്പോൾ അച്ഛന്റെയും ആശാന്റെയും മുഖത്ത് സംതൃപ്തമായൊരു ചിരിയുണ്ടായിരുന്നു.

കുരിക്കൾതെയ്യം മുടി താഴ്ത്തിയശേഷം കൊടിയിലതോറ്റം കഴിഞ്ഞുവരുമ്പോൾ പാതിരാ കഴിഞ്ഞിരുന്നു. അഞ്ചുതിരിയിട്ടു കത്തിച്ച കൊടിയില വാങ്ങി അണിയറയിലെത്തിയതോടെ ചമയങ്ങൾ എല്ലാം പുറത്തേക്കെടുത്തുവെച്ചു.

ചായില്യത്തിൽ മുക്കിയ ഈർക്കിൽകൊണ്ട് മുഖത്തെഴുത്തിനു കിടന്നപ്പോൾ താനൊരു തികഞ്ഞ തെയ്യക്കാരനായെന്നൊരു ബോധ്യം ഉള്ളിൽ ഉയർന്നുവന്നു.

"എല്ലാം ഓർമ്മീണ്ടല്ലോ. ചടങ്ങെല്ലാം ഭംഗിയാക്കണം. വാക്ചാല് തെറ്റാണ്ട് നോക്കണം. എനി തെറ്റിപ്പോയിനെങ്കില് തപ്പിക്കളിക്കറ്. വേംതന്നെ ഒന്നു മൂളിക്കൊണ്ട് അടുത്തയിലേക്ക് കടക്കണം."

മുഖത്തെഴുത്ത് കഴിഞ്ഞ് കണ്ണാടി കൈയിൽ തരുമ്പോൾ അച്ഛൻ പറഞ്ഞു.

"പെരുണ്ണാൻ പേടിക്കേണ്ട. കുഞ്ഞൂട്ടിക്ക് തെറ്റൂല." ആശാൻ വിശ്വാസം ആവർത്തിച്ചു.

ചമയങ്ങൾ ഓരോരുത്തരായി എടുത്തണിയിച്ചു.

"എനീം മുറുക്കണോ?"

അരയിലെ കെട്ടു മുറുക്കുമ്പോൾ ആശാൻ ചോദിച്ചു.

പുറംപാളിയും മകുടവും വല്യച്ഛൻ കൊണ്ടുവന്നു. മകുടം ശിരസ്സിൽ കെട്ടുമ്പോൾ 'ഇനിയും മുറുക്കണോ' എന്ന് ചോദിച്ച ആശാനോട് 'മതി' എന്നുത്തരം നൽകി.

അച്ഛൻ പൂക്കട്ടിമുടിയുമായി മുന്നിലെത്തി.

മനസ്സറിഞ്ഞ് പ്രാർത്ഥിച്ച് പൂക്കട്ടി തൊഴുതു.

ശിരസ്സിലേറ്റിയ മുടി എല്ലാവരും ചേർന്ന് മുറുക്കി കെട്ടി.

അണിയറയ്ക്ക് പുറത്ത് വാദ്യങ്ങളുയർന്നു. അണിയറയ്ക്കകത്ത് അണിഞ്ഞു തോറ്റം ഉച്ചത്തിലായി. തോറ്റത്തിന്റെയും വാദ്യത്തിന്റെയും ലയത്തിൽ ചുറ്റുപാടുകളിൽ നിന്നകലാൻ തുടങ്ങി. ഉള്ളിലെ സ്വത്വബോധം ഇല്ലാതായി മറ്റൊരു രൂപത്തിന്റെ ഭാവതലങ്ങളിലേക്ക് അവസ്ഥാന്തരം ചെയ്യപ്പെടുന്നതായി തിരിച്ചറിഞ്ഞു.

ശബ്ദത്തിനും കാഴ്ചകൾക്കുമിടയിലുയർന്നു വന്നൊരു ആവേശത്തിന്റെ ഉച്ചസ്ഥായിയിൽ പെട്ടെന്ന് ഓംകാരം മുഴക്കിക്കൊണ്ട് കുടികൊണ്ട ജനങ്ങൾക്കിടയിലൂടെ ഓലച്ചൂട്ടുകളുടെ പൊൻവെളിച്ചത്തിലേക്കിറങ്ങി.

യുദ്ധക്കളത്തിന്റെ പ്രതീകമായ അറുപത്തിനാലു കളങ്ങളിൽ എൺപത്തിരണ്ട് കോത്തിരികൾ കത്തിച്ച, വാഴപ്പോള കൊണ്ടുണ്ടാക്കിയ വടക്കേൻഭാഗത്തെ തറയ്ക്കുചുറ്റും പരിചയും താരിയും വിടർത്തി വീശിക്കൊണ്ട് പ്രദക്ഷിണം ചെയ്തു.

ദുരന്തസ്മരണയുണർത്തുന്ന മന്ദപ്പന്റെ അന്ത്യം ദൃശ്യവൽക്കരിക്കുന്ന നിലയിലേക്കുയർന്ന ചടങ്ങ് കുടിക്കൊണ്ട ജനസഞ്ചയങ്ങളെ വികാരഭരിതമാക്കി.

ഉഗ്രനർത്തനത്തിനുശേഷം ശാന്തനടനത്തിലേക്കിറങ്ങി മന്ദപ്പൻ ദൈവക്കരുവായ കഥ വരവിളിയിലൂടെ കഥനം ചെയ്ത് പള്ളിയറയ്ക്കു മുന്നിൽ കലാശമവസാനിപ്പിച്ചപ്പോൾ നേരം വെളുത്തു തുടങ്ങിയിരുന്നു. അച്ഛനേയും ആശാനേയും ഇടംകണ്ണുകൊണ്ട് നോക്കി. അവരുടെ

മുഖത്ത് അരുണപ്രഭയാർന്ന് സൂര്യോദയം. ചുറ്റും കൂടിനിന്ന ജനക്കൂട്ടങ്ങളുടെ മുഖത്ത് ഉറക്കച്ചടവിനുപകരം സംതൃപ്തിയുടെ തിളക്കമായിരുന്നു. വാക്ചാലിനും ചടങ്ങുകളിലും കൃത്യത പുലർത്തിയതിനാൽ ഊരാളന്മാരിലും കാര്യക്കാരിലും തികഞ്ഞ തൃപ്തി കാണാമായിരുന്നു.

ചടങ്ങുകളും ക്രിയകളുമെല്ലാം വേണ്ടവിധം നിർവ്വഹിച്ച് ഉച്ചതിരിഞ്ഞ നേരം മുടി താഴ്ത്തി അണിയറയിലെത്തി മൂപ്പിൽസ്ഥാനം നോക്കി വന്ദിച്ച് എഴുന്നേൽക്കുമ്പോൾ ഊരാളന്മാർ എത്തി.

അച്ഛനെ നോക്കി ഒരാൾ പറഞ്ഞു.

"ഒരു പ്രധാന കാര്യം പറയാനുണ്ട്."

---

[1] *ശ്രദ്ധിക്കണം*

പതിനാറ്

"**പെ**രുണ്ണാന്റെ മോനെ ആചാരപ്പെടുത്താൻ[1] വേണ്ടീറ്റ് നമ്മളെല്ലാരുംകൂടി തീരുമാനിച്ചിട്ട്ണ്ട്."

മുഖ്യകാരണവർ എല്ലാവരും കേൾക്കെ പറഞ്ഞു.

"അടിയൻ." അച്ഛൻ കൈകൊണ്ട് വായ പൊത്തി.

"നമ്മളെ കാവ്ന്ന് കൊറെകാലായി ഒരാളെ ആചാരപ്പെടുത്തീറ്റ്. ഏടുന്നാ വേണ്ടത്? തളിപ്പറമ്പത്തപ്പന്റെ കൊട്ടുമ്പുറത്ത്ന്നൊ ചെറക്കൽ രാജാവിന്റട്ത്ത്ന്നോന്ന് പെരുണ്ണാൻ തീരുമാനിച്ചാ മതി."

"തളിപ്പറമ്പത്തപ്പന്റെ മുന്നിലല്ലേ ഉൽകൃഷ്ടം."വല്യച്ഛൻ പറഞ്ഞു.

"എന്നാപ്പിന്നെ നാളത്തന്നെ മുഹൂർത്തം നോക്കി പറയ. രാജരാജേശ്വരന്റെ നടേന്നന്നെ ആയിക്കോട്ടെ."

ആനന്ദാതിരേകത്താൽ അച്ഛന്റെ കണ്ണുനിറയുന്നത് കുഞ്ഞൂട്ടി ശ്രദ്ധിച്ചു. അടുത്തേക്കു വന്ന ആശാൻ ചേർത്തുപിടിച്ച് മൂർദ്ധാവിൽ തലോടിക്കൊണ്ട് പറഞ്ഞു.

"ആദ്യത്തെ കോലത്തിനന്നെ ആചാരപ്പെട്ട ശിഷ്യന്റെ ഗുരിക്കളാകാനും യോഗം വേണം. അതനക്കുണ്ടായി."

അച്ഛനും വല്യച്ഛനും അഭിമാനത്തോടെ കുഞ്ഞൂട്ടിയെ നോക്കി.

വല്യച്ഛൻ ശബ്ദത്തിൽ പറഞ്ഞു. "രാപ്പകല് ഭേദൂല്ലാണ്ടല്ലേ ഓൻ കഷ്ടപ്പെട്ടിന്. അയിന്റെ ഫലായിത്. ദൈവം ഓനെയനുഗ്രഹിച്ചു."

അണിയറയിൽ എല്ലാവരും എന്നെ തന്നെ നോക്കി നിൽക്കുകയായിരുന്നു. തഴക്കവും പഴക്കവും ചെന്നവർ കെട്ടിയാടേണ്ട കതിവനൂർവീരൻ ദൈവം കെട്ടി ആചാരപ്പെടാൻ പോകുന്ന പതിനാലുകാരനെ എല്ലാവരും അതിശയത്തോടെ നോക്കി.

തെയ്യം നിവൃത്തിച്ചയുടൻ കോലക്കാരനെ തിരിച്ചയക്കാതെ ആചാരപ്പെടാൻ ഭാഗ്യം സിദ്ധിച്ചവൻ.

കുഞ്ഞൂട്ടി കൂടുതൽ വിനയാന്വിതനാവാൻ ശ്രമിച്ചു.

തെയ്യം കഴിഞ്ഞതിന്റെ അഞ്ചാംനാൾ പട്ടും വളയും വാങ്ങി ആചാരപ്പെടുവാൻ നല്ല മുഹൂർത്തം ലഭിച്ചു.

ഒരു തെയ്യക്കാരനെ സംബന്ധിച്ചിടത്തോളം ലഭിക്കുന്ന ഏറ്റവും വിശിഷ്ടമായ പദവി ആദ്യതെയ്യത്തിനുതന്നെ പതിനാലാമത്തെ വയസ്സിൽ ലഭ്യമാക്കുകയെന്നത് അപൂർവ്വഭാഗ്യം തന്നെയാണെന്ന് കേട്ടവരൊക്കെ പറഞ്ഞു.

“ഓൻ്റച്ഛൻ ഒതേനപെരുണ്ണാൻ ആചാരപ്പെട്ടതും നന്നെ ചെറുപ്പത്തിലല്ലേ. ഓനായിട്ട് ആ പാരമ്പര്യം നെല നിർത്തി.”

“കതിവനൂർവീരൻ ദൈവത്തിന്റെ അനുഗ്രഹല്ലാണ്ട് വേറെയുന്ന്വല്ല.” എല്ലാവരോടും അച്ഛൻ ഇതേ മറുപടി പറഞ്ഞു.

ആചാരപ്പെടുന്ന മുഹൂർത്തം നോക്കാൻ കണിയാനെ കാണാൻ ചെന്നപ്പോൾ ഊരാളന്മാരും അപ്പകോമരവും ഒതേനപെരുവണ്ണാനോട് ഒരുക്കങ്ങളെക്കുറിച്ചന്വേഷിച്ചു.

“എത്രയാൾക്ക് സദ്യയാക്കേണ്ടിവരും പെരുണ്ണാനേ?”

“കുടുംബക്കാരീം പരിചയക്കാരീം വിളിക്കണം. എങ്ങ്നായാലും ഒരു നൂറ്റിയമ്പതാക്കെങ്കിലും വേണ്ടിവരും.”

“ആളെത്രായാലും വേണ്ടീല. പെരുണ്ണാൻ പേടിക്ക്വെ വേണ്ട. ഒക്കത്തിനും നമ്മളുണ്ടാവും.”

“പട്ടും വളയും നമ്മളാ കൊടുക്കുന്ന്. എന്നാപ്പിന്ന സദ്യേന്റെ ചെലവും നമ്മള് നോക്കാന്ന്. പെരുണ്ണാൻ വിളിക്കണ്ടാളെയെല്ലാം വിളിച്ചോ.”

അതുകേട്ടപ്പോൾ ഒതേനപെരുണ്ണാന് നല്ല ആശ്വാസം തോന്നി. ഇല്ലെങ്കിൽ വലിയ ചെലവു വരുന്ന ചടങ്ങാണ്. അതിന്റെ ചിലവും കാവുകാർ വഹിക്കുമെന്ന് കേട്ടപ്പോൾ മനസ്സിൽ പലവുരു ദൈവത്തിന് നന്ദി പറഞ്ഞു. കളിയാട്ടത്തിന് പുറപ്പെടുന്ന ദിവസത്തിലെത്തിയതിന്റെ രണ്ടിരട്ടിയാളുകൾ ആചാരപ്പെടുന്ന ദിവസം വീട്ടിലെത്തി. ആവശ്യമുള്ള എല്ലാ സാധനങ്ങളും കാലേക്കൂട്ടി ഊരാളന്മാർ തന്നെ വീട്ടിലെത്തിച്ചു.

രാവിലെ കുളികഴിഞ്ഞ് പടിഞ്ഞാറ്റയിൽ തൊഴുതതിനുശേഷം അമ്മയുടെ കാൽതൊട്ട് വന്ദിച്ച് വീട്ടിൽനിന്നിറങ്ങി. അച്ഛനും വലിയച്ഛനും ആശാനും നടക്കുന്നതിനു പിന്നിൽ അച്ഛന്റെ അനന്തിരവൻ കിട്ടേട്ടന്റെ മുന്നിലായി ഞാനും ചേർന്ന് തളിപ്പറമ്പത്തപ്പന്റെ തിരുനടയിലേക്ക് നടന്നു.

“താഴെ ശാസ്തക്ഷേത്രത്തിനപ്പുറത്തുള്ള കുളത്തിൽ പോയി മുങ്ങിക്കുളിച്ചു വരിക.”

ക്ഷേത്രനടയിലെത്തി. നന്ദിദേവനെ തൊഴുതു തൃപ്പടിയിൽ കുനിഞ്ഞുവണങ്ങി അകത്തേക്കു നോക്കി തൊഴുതു ഏത്തമിട്ടു.

മതിലിനു പുറത്ത് ക്ഷേത്രക്കുളത്തിനു മുന്നിലായുള്ള കൊട്ടുമ്പുറം മണ്ഡപത്തിനടുത്ത് എല്ലാവരുടെയും മധ്യത്തിലായി നിന്നു. അപ്പകോ

മരവും ഊരാളന്മാരും നേരത്തെ തന്നെ പട്ടുംവളയും ക്ഷേത്രത്തിൽ ഏൽപ്പിച്ചിരുന്നു.

സന്തോഷംകൊണ്ടാണോ പരിഭ്രമംകൊണ്ടാണോ എന്നറിയില്ല. ഹൃദയമിടിപ്പ് ക്രമാതീതമായിട്ടുയർന്നു. കൂടെയുള്ളവർ സംസാരിക്കുന്നതൊന്നുംതന്നെ വ്യക്തമായി കേൾക്കുന്നുണ്ടായിരുന്നില്ല.

ക്ഷേത്രം മേൽശാന്തി കപോതനത്തില്ലത്ത് വാസുദേവൻ നമ്പൂതിരി കൊട്ടുമ്പുറം മണ്ഡപത്തിലെത്തി. കീഴ്ശാന്തി ദീപം തെളിയിച്ചു. മേൽശാന്തി കാര്യക്കാരന്റെ കൈയിൽ പട്ടും വളയും കൊടുത്തു.

"നീ കൊറച്ച് മുമ്പിലോട്ട് നിക്കൂ." അച്ഛൻ പതുക്കെ പറഞ്ഞു.

കുഞ്ഞൂട്ടി മുന്നോട്ട് വന്നുനിന്നു.

"മുണ്ട് നീട്ടി പിടിക്കുക.' കാര്യക്കാരൻ കല്പിച്ചു.

കാര്യക്കാരൻ പറഞ്ഞതുപോലെ മുണ്ടിന്റെ അറ്റം നീട്ടിപ്പിടിച്ചു. കാര്യക്കാരൻ പട്ടുവളയും നീട്ടിപ്പിടിച്ച മുണ്ടിലേക്കിട്ടു.

അച്ഛൻ വേഗം അടുത്തേക്ക് വന്നു.

"വലത്തെ കൈ നീട്ടൂ."

കുഞ്ഞൂട്ടി വലതുകൈ അച്ഛന്റെ നേർക്കു നീട്ടി.

അച്ഛൻ വളയെടുത്ത് വലതു കയ്യിലിട്ട് തന്നു. ചുവന്ന പട്ട് മേൽമുണ്ടിനുമേലെ ചുറ്റി.

ഭവ്യതയോടെ മേൽശാന്തിയുടെ മുഖത്തേക്കു നോക്കി. വളയിട്ട വലതുകൈയും ചേർത്ത് താണുതൊഴുതു നിന്നു.

മേൽശാന്തി എല്ലാവേരയും നോക്കിയതിനുശേഷം കുഞ്ഞൂട്ടിയെ നോക്കി ഉച്ചത്തിൽ വിളിച്ചുപറഞ്ഞു.

"കുഞ്ഞൂട്ടി പെരുവണ്ണാൻ... കുഞ്ഞൂട്ടി പെരുവണ്ണാൻ... കുഞ്ഞൂട്ടി പെരുവണ്ണാൻ."

അനന്തമായ ആകാശത്തിൽനിന്നും കേൾക്കുന്ന അശരീരിപോലെ കുഞ്ഞൂട്ടിയുടെ കാതുകളിൽ 'പെരുവണ്ണാൻ' ശബ്ദം പ്രതിധ്വനിച്ചു.

എല്ലാവരേയും നോക്കി ഭവ്യതയോടെ തൊഴുതു. മേൽശാന്തിയെ സങ്കല്പിച്ച് നിലത്ത് നമസ്ക്കരിച്ചു.

കൈകളുയർത്തി അനുഗ്രഹിച്ചതിനുശേഷം മേൽശാന്തി ക്ഷേത്രത്തിനകത്തേക്കു പോയി.

ഓരോരുത്തരായി അടുത്തുവന്നു 'പെരുവണ്ണാനെ...' എന്നു നീട്ടി വിളിച്ചു.

അച്ഛന്റെ ശിരസ്സ് അഭിമാനത്താൽ ഉയരുന്നതു കണ്ടു.

---

[1] തെയ്യംകെട്ടുകാർക്ക് നൽകുന്ന വിശിഷ്ടപദവി

മന്ദപ്പൻ

പതിനേഴ്

കതിവനൂരെ വീട്ടിൽ അമ്മാവനുമൊത്തുള്ള ജീവിതത്തിൽ പുതിയ ഒരു തലം ദർശിച്ച മന്ദപ്പനിൽ വലിയ മാറ്റങ്ങളുണ്ടാകാൻ തുടങ്ങി. പഴയ രീതിയിലുള്ള കളികളും അഭ്യാസങ്ങളും മാത്രം പോര ജീവിതത്തിൽ എന്നൊരു കാഴ്ചപ്പാട് വൈകാതെ ഉള്ളിലുയർന്നു. മാങ്ങാടുനിന്നും കളിച്ചുനടന്ന് ജീവിതത്തിന്റെ ഗൗരവത്തിൽനിന്നും വിട്ട് സഞ്ചരിച്ച സമയത്ത് കുമരച്ചന്റെ ഉപദേശങ്ങൾക്ക് ചെവി കൊടുക്കാതെ അതിനെതിരെ നടക്കുവാൻ തന്നെ പ്രേരിപ്പിച്ചതെന്തായിരിക്കുമെന്ന ചിന്തകൾ മന്ദപ്പനെ അലട്ടുവാൻ തുടങ്ങി.

അച്ഛൻ ഒന്നല്ല ഒരായിരം തവണ ഉപദേശിച്ചതു കൂടാതെ ചങ്ങാതിമാരോടും തന്റെ നടപ്പുരീതികളുടെ പോരായ്മയെക്കുറിച്ച് പറയാറുണ്ടെങ്കിലും എതിർക്കുവാൻ മാത്രമായിരുന്നു താൻ ശ്രമിച്ചുകൊണ്ടിരുന്നത്. ധിക്കരിച്ചു നടന്നൊരെന്റെ മനസ്സ് എന്തു നേടിയെന്ന് എത്ര ചിന്തിച്ചിട്ടും മന്ദപ്പന് ഉത്തരം കിട്ടിയില്ല. കാരണങ്ങൾ വ്യക്തമായി തെളിയാതെയിരുന്ന എതിർപ്പുകൾ കതിവനൂരെ വീട്ടിൽ ശല്യത്തിനെത്തിയിരുന്നെങ്കിലും മന്ദപ്പൻ അതോർത്ത് സമയം മെനക്കെടുത്തിയില്ല.

പാലും ചോറും മതിവരുവോളം തരുന്ന മാതൈയമ്മായിയും, തന്റെ കാര്യത്തിൽ എന്തിനും ഒപ്പമുണ്ടാകണമെന്ന് അണ്ണൂക്കനോട് എന്നുമാവർത്തിക്കുന്ന നേരമ്മാമന്റെ സ്നേഹത്തിലൂടെയും മന്ദപ്പൻ മറ്റൊരു ലോകത്തെത്തി. സ്നേഹത്തിന്റേയും വാത്സല്യത്തിന്റേയും ലോകത്ത് നിന്നും മന്ദപ്പൻ താൻ നഷ്ടപ്പെടുത്തിയ സമയങ്ങളെ വീണ്ടെടുക്കുവാനുള്ള ഉപായത്തെ അന്വേഷിച്ചുകൊണ്ടിരുന്നു.

അനന്തമായ വഴികൾ മുന്നിലുള്ളപ്പോൾ നഷ്ടപ്പെടുത്തിയ അവസരങ്ങളെ ഓർത്ത് നിരാശയിലാകുന്നതിലെ നിരർത്ഥകത തിരിച്ചറിഞ്ഞ ഒരു പകൽ അമ്മാവനോട് കൃഷിപ്പണിയെക്കുറിച്ച് സൂചിപ്പിക്കുവാൻ മന്ദപ്പൻ തീരുമാനിച്ചു.

ഊരമ്പലത്തിലെ നാട്ടുകൂട്ടത്തിൽ ചില പ്രത്യേക തീരുമാനങ്ങളെ

ടുത്ത് ധാരപ്പൻ വീട്ടിലെത്തുമ്പോൾ കുറച്ചു വൈകിയിരുന്നു. കപ്പാല യ്ക്കരികിലെത്തിയ തന്നേയും കാത്തിരിക്കുന്ന മന്ദപ്പനെ കണ്ട നേരം എന്താണിങ്ങനെയിരിക്കുന്നതെന്ന് തിരക്കിയപ്പോൾ മന്ദപ്പൻ ചോദിച്ചു നിങ്ങളുമെന്റെ നേരമ്മാമാ ഈ കാണുന്ന തൊടുനിലമെല്ലാം ആർക്കു ള്ളതാണ് എന്ന മന്ദപ്പന്റെ ചോദ്യംകേട്ട ധാരപ്പൻ ചിരിച്ചുകൊണ്ട് പറ ഞ്ഞു, താഴത്തെ വയൽതടംമുതൽ മേലത്തെ പ്ലാത്തോട്ടം വരെ നമ്മ ളുടെ സ്വന്തമാണെന്നും എല്ലാം നല്ല ഫലം തരുന്ന മണ്ണാണെന്നും പ റഞ്ഞു. പത്ത് കൊടുത്താലത് നൂറായി തിരികെ തരുമെന്നതിൽ സന്ദേ ഹമൊട്ടും വേണ്ടെന്നും ഇന്നേവരെ കതിവനൂരെ മണ്ണ് എന്നെ ചതി ച്ചിട്ടില്ലെന്നും ഓർക്കണം നീയെൻ മരുമകനെയെന്നും പറഞ്ഞ് ധാര പ്പൻ മരപ്പലകയിൽ ഇരുന്നു.

ഈ കണ്ട സ്വത്തെല്ലാം നിനക്കും അണ്ണൂക്കനുമായി പകുത്തുത രാനിരിക്കയാ ഞാൻ. നീയും അണ്ണൂക്കനുമെന്റെ കണ്ണിൽ രണ്ടല്ലെന്ന റിയുക നീ മന്ദപ്പാ. കാലതാമസം കൂടാതെ നിങ്ങൾ രണ്ടാൾക്കുമായി ഈ സ്വത്തെല്ലാം പകുത്തുതരാൻ ഞാനും നിന്റെയമ്മായിയും എത്ര നാളായി ചിന്തിക്കുന്നതെന്നറിയോ നിനക്ക്. ഈ നാട്ടിലെ സമ്പ്രദായ മനുസരിച്ച് ഊരമ്പലത്തിലെ നാട്ടുകൂട്ടം അറിയാതെ ഭാഗം വെക്കാൻ പാടുള്ളതല്ലെന്നതിനാൽ ഞാനവരെ അറിയിക്കാൻ പോകയാണ് നാളെ യെന്നും പറഞ്ഞ് അകത്തുപോയി.

കാളമണ്ട തുടങ്ങി പെയ്യോട്ടിറ തറവാടുവരെയുള്ള കാരണവന്മാരെ സാക്ഷി നിർത്തി നേരമ്മാമൻ ഊരമ്പലത്തിലെ നാട്ടുക്കൂട്ടത്തോടായി എന്റെ എല്ലാ വസ്തുവകകളും ഭാഗം ചെയ്ത് മകനും മരുമകനും പകുത്തു കൊടുക്കുകയാണെന്നറിയിച്ചു. പകുതി നിലവും പടിഞ്ഞാ റ്റയും മന്ദപ്പന്. സ്ഥാനത്ത് കൊട്ടിലയും ആലയും മേൽത്തട്ടും അണ്ണൂ ക്കന്.

പടിഞ്ഞാറ്റയിലെ വച്ചുനേദ്യം മരുമകൻ നടത്തിപ്പോരണം. ആണ്ടോ ടാണ്ട് കാർന്നോന്മാർക്കുള്ള ഇളനീർ കൊത്തിവെപ്പും നേദ്യവും മന്ദ പ്പൻതന്നെ നടത്തിപ്പോരണം.

അടുത്തദിവസത്തിൽതന്നെ മന്ദപ്പൻ ഉത്സാഹത്തോടെ കൂന്താലി യും[1] വായിക്കോട്ടുമായി പറമ്പിലേക്കിറങ്ങി. കുറച്ചുനാളത്തെ നിർത്താ ത്ത അദ്ധ്വാനംകൊണ്ട് കുന്നും പാറയും കിളച്ചുനിരത്തി കൃഷിക്ക് അനുയോജ്യമാക്കി. ആദ്യം ഊൺ കദളിവാഴയും പിന്നീട് തേൻ കദ ളിവാഴയും നട്ടു. കൂടാതെ കിഴങ്ങുകളും പച്ചക്കറികളും നട്ടുനനച്ചു.

മന്ദപ്പൻ നട്ട വാഴകൾ ആളുയരത്തിൽ കുലച്ചു. കിഴങ്ങുകളും പച്ച ക്കറികളും കതിവനൂർ ചന്തയ്ക്കുപുറമെ പുറംനാടുകളിലേക്കും കച്ച വടം ചെയ്തു. മലനാട്ടിൽനിന്നുമെത്തിയ ചേകോന്റെ കൃഷിപ്പെരുമ

വളരെ പെട്ടെന്നുതന്നെ കുടകുനാട്ടിൽ പരന്നു. ഒപ്പം മന്ദപ്പനോടുള്ള അസൂയയും വൈരാഗ്യവും.

മലനാട്ടിൽനിന്നും വരുന്ന കച്ചവടക്കാരെ ചതിയിൽപെടുത്താറുള്ള കുടകരുടെ കള്ളത്തരങ്ങളും കള്ള കൈകളും മന്ദപ്പന്റെ ഇടപെടലോടെ ഇല്ലാതായി. തികഞ്ഞൊരു യോദ്ധാവായ മന്ദപ്പനോട് നേർക്കുനേർ എതിർക്കുവാനോ വഴക്കുണ്ടാക്കുവാനോ ആരും ധൈര്യപ്പെട്ടില്ല. മാസത്തോടു മാസം ചുഴലിഭഗവതിക്കുള്ള നിവേദ്യവസ്തുക്കൾ ശുദ്ധവും വൃത്തിയോടുംകൂടി മന്ദപ്പൻ മാങ്ങാടുനിന്നും എത്തുന്ന കച്ചവടക്കാർ വശം കൊടുത്തയച്ചു. സംക്രമത്തിനും വിശേഷദിവസങ്ങളിലും ശുദ്ധവസ്തുക്കൾ കൊണ്ട് നിവേദ്യം സമർപ്പിച്ചതിൽ സിദ്ധിച്ച ഭഗവതിയുടെ അനുഗ്രഹം നാട്ടിൽ പരന്നപ്പോൾ നാട്ടുകാർ നന്ദിയോടെ മന്ദപ്പനെ സ്മരിച്ചു.

കൃഷിയിലെ വൈവിധ്യങ്ങളിൽ വിജയിച്ച മന്ദപ്പൻ കച്ചവടങ്ങളിലും ശ്രദ്ധിക്കുവാൻ തുടങ്ങി. നേരിട്ടു ചന്തയിലെത്തി കച്ചവടം ചെയ്ത മന്ദപ്പൻ കച്ചവടത്തിലെ ഇടനിലക്കാരെ ഒഴിവാക്കി. മന്ദപ്പന്റെ ഇത്തരം നീക്കങ്ങളിൽ ഇടനിലക്കാരായ കുടകരിൽ അത്യധികം വിദ്വേഷമുണ്ടായത് മന്ദപ്പൻ ഗൗനിച്ചതേയില്ല.

ഇടകൃഷിയിലും വരുന്ന ഇടവേളകളിൽ നേരമ്മായിയുടെ ഉപദേശമനുസരിച്ച് എള്ള് ചക്കിലാട്ടി എണ്ണയുണ്ടാക്കി ചന്തയിൽ കൊണ്ടുപോകാൻ തീരുമാനിച്ചു. പത്തുപണത്തിന് ആര്യംചേരി കൗണ്ടറുടെയടുത്തുനിന്നും എള്ളുവാങ്ങി കതിവനൂരെ ഇറയത്ത് മന്ദപ്പൻ ചെരിഞ്ഞു.

പത്തുപണത്തിനു വാങ്ങിയ എള്ളു മുഴുവൻ നേരമ്മായി ചേറിയതിനുശേഷം പടിഞ്ഞാറ്റയിലും ആലയിലെ ചക്കിന്റെ മുന്നിലും ദീപം തെളിയിച്ചു. ചേറി പെറുക്കി വൃത്തിയാക്കിയ എള്ളെടുത്ത് കതിവനൂരമ്മ ചക്കിൽ ചരിഞ്ഞു. നേരമ്മാമന്റെ കാളകളെ പൂട്ടികെട്ടി മന്ദപ്പൻ ചക്കിൽ എണ്ണയാട്ടിയെടുത്തു.

എണ്ണ കോരി വലിയ ഭരണിയിലേക്ക് പകർന്ന് കെട്ടി പാലും ചോറും വയറുനിറയെ കഴിച്ചതിനുശേഷം എണ്ണ വിറ്റുവരട്ടെ നേരമ്മായീ എന്നും പറഞ്ഞ് മന്ദപ്പൻ എണ്ണ വിൽക്കാൻ പുറപ്പെട്ടു.

ആറുനാട്ടിൽ നൂറുചന്തയിൽ മന്ദപ്പൻ ചെന്നതിന്റെ ശേഷം പട്ടണം പതിനെട്ടിലും പോയി എണ്ണ വിറ്റുകഴിഞ്ഞ് വാനവർ ദാനവർനാട്ടിലും കുയ്യങ്കേരി നാട്ടിലും കുടകരുടെ മനയ്ക്കലും ചെന്ന് എണ്ണവില്പന നടത്തി.

മന്ദപ്പൻ വിൽക്കുന്ന ശുദ്ധമായ നല്ലെണ്ണ വാങ്ങാൻ കുടകർ തിക്കും തിരക്കും കൂട്ടുന്നതു കണ്ട കച്ചവടക്കാരായ കുടകർക്ക് മന്ദപ്പനോട് അസൂയയും വെറുപ്പും വർദ്ധിച്ചു. കള്ളകൈയ്യും കള്ളക്കണക്കുമി

ല്ലാതെ കച്ചവടത്തിനെത്തുന്ന മന്ദപ്പനെ കാത്തുനിൽക്കുന്ന കുടകരുടെ നിര നീണ്ടുവരുന്നതിനിടയിൽ പടനായകൻ മുത്താർമുടി കുടകരിലും പരാതി കിട്ടി. കൂടാതെ മറ്റു കച്ചവടക്കാർ നൽകുന്ന വിഹിതവും മുത്താർമുടി കുടകർക്ക് മന്ദപ്പൻ നൽകിയില്ല. മുത്താർമുടി കുടകരെ വെറുപ്പിച്ചാൽ ഫലം മരണമാണെന്ന് പലരും മന്ദപ്പനെ ഓർമ്മിപ്പിച്ചെങ്കിലും ധീരയോദ്ധാവായ മന്ദപ്പൻ അവരുടെ വാക്കുകളിൽ കുലുങ്ങിയില്ല.

ശത്രുക്കളുടെ നിര നീളുന്നത് തിരിച്ചറിഞ്ഞ ഒരുനാൾ ചന്തയ്ക്കു പോയി കതിവനൂർക്ക് മടങ്ങിവരുന്ന നേരത്ത് പട്ടണത്തിൽ ചെന്ന് അമ്പ് കെട്ടും അരക്കൽവില്ലും ആര്യവാളും വർണ്ണപലിശയും തുടങ്ങി പടയ്ക്കു വേണ്ടുന്ന ആയുധങ്ങളെല്ലാം വാങ്ങി.

കതിവനൂരിലേക്കുള്ള അന്നത്തെ മടക്കയാത്രയിൽ മന്ദപ്പൻ ചെമ്മരത്തിയെ ആദ്യമായി കണ്ടു.

---

[1] മൺവെട്ടി, കൈക്കോട്ട്

പതിനെട്ട്

പട്ടണത്തിൽനിന്നും ആയുധം വാങ്ങി കതിവനൂരിലേക്കുള്ള യാത്ര പൊരിവെയിലത്തായിരുന്നു. വേളാർകോട്ടെത്തുമ്പോൾ ക്ഷീണവും ദാഹവും ഉണ്ടായി. അടുത്തുനിന്നെങ്ങാൻ വെള്ളം കിട്ടുമോയെന്ന് നോക്കിനിൽക്കുമ്പോൾ ദേവലോകത്തുനിന്നും ഇറങ്ങിവരുന്നതു പോലെ തോന്നിക്കുന്നൊരു സുന്ദരി ചെപ്പുകുടത്തിൽ വെള്ളവുമായി എതിരെ വരുന്നതു കണ്ടു.

അവളെ കണ്ടനേരം ഉള്ളം കുളിർത്ത മന്ദപ്പന്റെ ദാഹവും പരവേശവും ക്ഷീണവും പോയ്മറഞ്ഞു. മറ്റു ചില ചിന്തകൾ ഉദിച്ചുയരുന്നേരം അറിയാതെ നിശ്ചലനായിപ്പോയി. താനിന്നേവരെ കണ്ടിട്ടില്ലാത്തൊരു സൗന്ദര്യത്തിടമ്പിനെ അടുത്തെത്തിയപ്പോൾ പരിസരം മറന്ന് നോക്കിനിന്നുപോയി. കല്ലിൽ കൊത്തിയെടുത്തൊരു മനോഹരശില്പം പോലെ അവൾ മുന്നിൽ നിന്നു.

കാലങ്ങളായി മനസ്സിന്റെ കോണിൽ സങ്കല്പിച്ചുവെച്ചൊരു സ്വപ്നദൃശ്യമാണോ മുന്നിലെന്നൊരു നിമിഷം സംശയിച്ചു. ചിപ്പിക്കുള്ളിലെ മുത്തിനുമേൽ പതിച്ചൊരു മഴത്തുള്ളിപോലെ വർണ്ണരാജികൾ മനസ്സിൽ ചിതറി തിളങ്ങി. വസന്തത്തിലെ തണുത്ത കാറ്റിന്റെ സ്പർശം കൊടിയ വേനലിൽ മന്ദപ്പനനുഭവപ്പെട്ടു. അജ്ഞാതമായൊരു ഉന്മാദ ഗാനം കാതുകളിൽ സ്പന്ദിക്കുന്നത് മന്ദപ്പനറിഞ്ഞു. വിടരുന്ന പൂക്കൾ പോലെ പ്രണയത്തിന്റെയൊരാനന്ദം ഉള്ളിൽ നിന്നുയർന്നു വരുന്നത് മന്ദപ്പൻ തിരിച്ചറിഞ്ഞു.

അവളുടെ വളകിലുക്കത്തിന്റെ ശബ്ദം കേട്ട് മന്ദപ്പൻ സ്വപ്നലോകത്തുനിന്നും ഇറങ്ങിയതുപോലെയുണർന്നു. അല്പം ജാള്യതയും കുറ്റബോധവും പെട്ടെന്നു തോന്നിയെങ്കിലും അവളോടുള്ള അത്ഭുതാരാധന മായാതെ നിന്നു. ജാള്യത മറച്ചുപിടിക്കാൻ മുന്നെ തോന്നിയ ദാഹത്തെ കൂട്ടുപിടിച്ച് കുറച്ച് ദാഹജലം തരുമോ എന്ന് ചോദിച്ചു. അവൾ മുഖം താഴ്ത്തി പതിഞ്ഞ ശബ്ദത്തിൽ ദാഹജലം ഇടവഴിയിൽനിന്നാണോ തരേണ്ടത് വെള്ളം വേണമെങ്കിൽ എന്റെകൂടെ വേളാ

ർകോട്ട് വീട്ടിലേക്ക് പോന്നോളൂ എന്നുംപറഞ്ഞ് മുന്നിൽ നടന്നു. മന്ദപ്പൻ അവൾക്കുപിന്നാലെ ഏതോ ഒരുൾപ്രേരണയിലെന്നപോലെ വേളാർകോട്ട് വീട്ടിലേക്ക് നടന്നു. വീട്ടിലെത്തിയ ഉടൻ അവൾ ചെപ്പുകുടം അകത്തുവച്ചു. വേഗത്തിൽ പുറത്തേക്ക് വന്ന് മന്ദപ്പന് കാല് കഴുകുവാൻ കൊച്ചുകുടത്തിൽ വെള്ളംകൊടുത്തു. കാല് കഴുകി വന്ന മന്ദപ്പനെ ഇളമരത്തിലിരിക്കുവാൻ ക്ഷണിച്ച് അവൾ അല്പം മാറിനിന്നു. ഇളമരത്തിലിരുന്ന മന്ദപ്പന് ആദ്യമൊന്നും പറയാൻ കഴിഞ്ഞില്ല. അല്പനേരത്തെ മൗനത്തിനുശേഷം നിന്റെ പേരെന്താണെന്ന ചോദ്യത്തിന് വേളാർകോട്ട് തണ്ടയാന്റെ മരുമകൾ ചെമ്മരത്തിയാണ് താനെന്നവൾ മറുപടി നൽകി. ചെമ്മരത്തി അകത്തുപോയി താംബൂലവും കുടിക്കാൻ വെള്ളവുമായി വന്നു. ദാഹം തീർത്ത് താംബൂലവും തിന്നതിനുശേഷവും മന്ദപ്പന് തിരിച്ചുപോകുവാൻ മനസ്സുണ്ടായില്ല. ഏതോ ഒരു സുന്ദരസ്വപ്നത്തിന്റെ ദീപ്തസ്മരണ മനസ്സിൽ മായാതെ കിടന്നതിനാലാവണം ചെമ്മരത്തിയെ എവിടെയോ വച്ചു കണ്ടെന്നൊരു സംശയം മനസ്സിലാവർത്തിച്ചുകൊണ്ടിരുന്നു.

പ്രകാശത്തിന്റെയൊരു ലോലകിരണത്തിനുമപ്പുറത്തെ നിഴലിൽ അവൾ മറഞ്ഞുനിൽപ്പുണ്ടെന്ന ചിന്തയിൽ മന്ദപ്പന്റെ കാലുകൾ നിശ്ചലമായി. തിരിച്ചറിയപ്പെടാത്തൊരു സ്വപ്നത്തിന്റെ വ്യാഖ്യാനത്തിൽ പരാജയപ്പെട്ടപ്പോൾ ഹൃദയത്തിൽ മധുരമായൊരു വേദന അനുഭവപ്പെട്ടു. ചെമ്മരത്തിയുടെ സാമീപ്യത്തിൽ ചിന്താക്കുഴപ്പത്തിലായ മനസ്സിൽ അജ്ഞാതമായൊരു ആനന്ദം അനുഭവപ്പെട്ടു. അവൾ പതുക്കെ നടന്ന് ഇളമരത്തിന്റെയടുക്കലെത്തി. എന്താണാലോചിക്കുന്നതെന്ന് തിരക്കിയപ്പോൾ കുറച്ചു മര്യാദകേടാണെന്നറിഞ്ഞുകൊണ്ടുതന്നെ നീ പച്ചോടത്തിനു[1] വാഴുമോ അതോ കൈമുതലിനു[2] വാഴുമോയെന്നു ചോദിച്ചു. ചെമ്മരത്തി ഒട്ടും ആലോചിച്ചുനിൽക്കാതെ ഞാനൊരുത്തന്റെയും കൈമുതലിനു വാഴുന്നവളല്ലെന്നും അത്രയ്ക്ക് ഇഷ്ടമാണെങ്കിൽ പച്ചോടത്തിനു വാഴാമെന്നുത്തരം നൽകി.

തുറന്നടിച്ചതുപോലുള്ള ചെമ്മരത്തിയുടെ ഉത്തരം കേട്ട മന്ദപ്പന് അവളോട് മതിപ്പും ആദരവും തോന്നി. എന്നാൽ നിനക്കു ഞാൻ പുടവ തരാം എന്ന് മന്ദപ്പൻ പറഞ്ഞപ്പോൾ അത് പ്രതീക്ഷിച്ചതുപോലെ കേട്ടതിൽ യാതൊരതിശയവും പ്രകടിപ്പിക്കാതെ ചെമ്മരത്തി ചിരിച്ചു. കുറച്ചുനേരത്തെ മൗനത്തിനുശേഷം അവൾ പറഞ്ഞു, വിധിയാംവണ്ണം നാട്ടുനടപ്പ് സമ്പ്രദായമനുസരിച്ച് കാർന്നോന്മാരേയും കൂട്ടിവന്ന് അമ്മാവനോട് ആലോചിക്കൂ എന്ന്.

അവളുടെ ചങ്കൂറ്റവും താൻ പോരിമയും കണ്ട് അതിശയിച്ചു നിൽക്കുന്ന മന്ദപ്പന്റെ നേരെ നിന്നു ചെമ്മരത്തി ദൃഢസ്വരത്തിൽ

പറഞ്ഞു ഇനി നിങ്ങളാരും ഇവിടെ പെണ്ണന്വേഷണത്തിനു വന്നില്ലെങ്കിൽ മറ്റു പെണ്ണുങ്ങളെപ്പോലെ ഞാനിവിടെ കരഞ്ഞുകൊണ്ടിരിക്കയില്ല. ഈശ്വരൻ നിശ്ചയിച്ച പ്രകാരമാണ് നിങ്ങൾ പെണ്ണന്വേഷണം നടത്തിയതെങ്കിൽ ഞാനെന്തിന് കരഞ്ഞു കാലം കഴിക്കണം. ഇത്രയും കൂടി കേട്ടപ്പോൾ അവളുടെ തന്റേടത്തെ മന്ദപ്പൻ മനസാ അംഗീകരിച്ചു. മറ്റു പുരുഷന്മാരെപ്പോലെ വിശ്വാസവഞ്ചകനോ ദുഷ്ടനോ ചതിയനോ ശിലാഹൃദയമുള്ളവനോ അല്ല താനെന്നും ഇന്നേക്ക് പത്താം നാൾ കാർന്നോന്മാരേയും കൂട്ടി പുടവതരാൻ എത്തുമെന്നും പറഞ്ഞ് മന്ദപ്പൻ ചെമ്മരത്തിയോട് യാത്ര ചോദിച്ചു.

വീട്ടിലെത്തിയ മന്ദപ്പൻ ആയുധങ്ങൾ പടിഞ്ഞാറ്റയിൽ വച്ചതിനു ശേഷം കച്ചവടത്തിൽ കിട്ടിയ ലാഭകണക്ക് നേരമ്മാമന്റെ മുന്നിൽ നിരത്തി. പത്തിന് പതിനാറ് ലാഭവുമായി തിരിച്ചെത്തിയ മരുമകനെയോർത്ത് ധാരപ്പന് അഭിമാനവും സന്തോഷവുമുണ്ടായി. ഭാര്യയെ അടുത്തുവിളിച്ച് മന്ദപ്പൻ ഉണ്ടാക്കിയ പത്തിന് പതിനാറ് ലാഭക്കണക്ക് പറഞ്ഞുകൊടുത്തു. കാര്യത്തിനു പോരും നമ്മുടെ മന്ദപ്പന് ഒരുനാളും വിശക്കാൻ ഇടവരുത്തരുതെന്ന് ഓർമ്മിപ്പിച്ചു. വിശേഷങ്ങൾ പലതിങ്ങനെ പറയുന്നതിനിടയിൽ അമ്മായി മന്ദപ്പന്റെ കല്യാണക്കാര്യം ഓർമ്മിപ്പിച്ചു. ഇവന് ഒക്കത്തക്ക പ്രായമായിരിക്കുന്നു. ഇനി എത്രയും വേഗത്തിൽ പെണ്ണൊരുത്തിയെ കൂടെ പൊറുപ്പിക്കണം. ഊൺവീട് കണ്ടെത്താൻ ഇനിയും വൈകരുത്. ഇത്രയും പറഞ്ഞതിനുശേഷം മന്ദപ്പന്റെ നേരെ നോക്കി കള്ളച്ചിരിയോടെ നീ കച്ചവടക്കാര്യമൊക്കെയായി പലയിടത്തും പോകുന്നതല്ലെ എവിടെയെങ്കിലും ഒരു പെണ്ണിനെ കണ്ടുവച്ചിട്ടുണ്ടോ ഉണ്ടെങ്കിൽ പറഞ്ഞോളൂ, കാലവും പ്രായവും കഴിഞ്ഞിരിക്കുന്നു മന്ദപ്പാ നിനക്ക് എന്നു പറഞ്ഞു. മറുപടി കാണാത്തപ്പോൾ വീണ്ടും അമ്മായി ചോദിച്ചു കുടകരുടെ മല പന്ത്രണ്ടും പട്ടണം പതിനെട്ടും കണ്ട നീ അവിടെയെവിടെയെങ്കിലും പെണ്ണൊരുത്തിയെ കണ്ടു വച്ചിട്ടുണ്ടോ. ഇതും കൂടി കേട്ടപ്പോൾ മടിച്ചുമടിച്ചാണെങ്കിലും ഞാൻ വേളാർകോട്ടെ ചെമ്മരത്തീനെ കണ്ടിട്ടുണ്ടെന്നു പറഞ്ഞു.

കുടകുമല പന്ത്രണ്ടും പട്ടണം പതിനെട്ടും കണ്ട നീ വേളാർകോട്ടുതണ്ടയാന്റെ മരുമകൾ ചെമ്മരത്തിയെ ആണോ കണ്ടുവച്ചത്. എന്നാലിനി കാലതാമസം വെക്കാതെ പുടവ കൊടുക്കുവാനുള്ള തയ്യാറെടുപ്പ് ഉടൻ നടത്തണമെന്ന് നേരമ്മായി പറഞ്ഞു.

മാങ്ങാടുനിന്നും കുടകിലെത്തിയ കച്ചവടക്കാരെ കണ്ട് ധാരപ്പൻ കുമരച്ചന് വേഗത്തിലെത്താൻ സന്ദേശമയച്ചു. വിവരം അറിഞ്ഞ ദിവസംതന്നെ കുമരച്ചൻ ചക്കിയെയും കൂട്ടി ഏഴിനുംമീത്തലേക്ക് പുറപ്പെട്ടു. അച്ഛനമ്മമാരെ കണ്ട മന്ദപ്പൻ ഉപചാരപൂർവ്വം അവരെ സ്വീക

Smitha

രിച്ചു. മകനിൽ വന്ന പക്വതയും മാറ്റങ്ങളും കുമരച്ചനിൽ അതിശയമുള വാക്കി. ആനന്ദാതിരേകത്താൽ കണ്ണുനിറഞ്ഞ ചക്കിക്ക് ഒരു വിശേഷ ങ്ങളും തിരക്കാനായില്ല. കുമരച്ചനും ധാരപ്പനും ചക്കിയും അമ്മായിയും അണ്ണൂക്കനും മന്ദപ്പനും കൂടാതെ ഊരമ്പലത്തിലെ നാലു പ്രമാണിമാരും യോഗിവര്യനും ചേർന്ന് വേളാർകോട്ടേക്ക് പുറപ്പെട്ടു.

വേളാർകോട്ട് കപ്പാലയ്ക്ക് വിളി കൊടുത്തപ്പോൾ നായയെ തടുത്ത് വേളാർകോട്ട് തണ്ടയാൻ എല്ലാവരേയും സ്വീകരിച്ചിരുത്തി. കാലും കഴുകി ഇളമരത്തിലിരിക്കുന്നവരോട് ഇങ്ങോട്ടുവരുവാൻ എന്താണ് കാരണമെന്ന് തിരക്കിയപ്പോൾ നിങ്ങളൊന്നുമറിഞ്ഞില്ലേ തണ്ടയാനേ നിങ്ങളുടെ നേർമരുമകൾ ചെമ്മരത്തിക്ക് എന്റെ നേർമരുമകൻ മന്ദപ്പ നെക്കൊണ്ട് പുടവ കൊടുപ്പിക്കുവാൻ വന്നതാ ഞങ്ങൾ എന്നു പറ ഞ്ഞു. ഈ ഇരിക്കുന്ന മാങ്ങാട് മേത്തളിയില്ലത്തെ കുമരച്ചന്റെയും എന്റെ നേർപെങ്ങൾ ചക്കിയുടെയും അരുമസന്താനമാണ് മന്ദപ്പൻ. കതിവനൂരെ കീഴ്തോട്ടത്തിലും മേൽതോട്ടത്തിലും നൂറുമേനി വിള യിച്ചവനാണിവൻ. കൂടാതെ പട്ടണം പതിനെട്ടിലും മല പന്ത്രണ്ടിലും എണ്ണ കച്ചവടവും നടത്തുന്നു.

മലനാട്ടിൽ നിന്നെത്തി കുടകിൽ കൃഷിയിറക്കി അതിശയപ്പെടു ത്തിയ വിളയുണ്ടാക്കിയവൻ. കള്ളക്കച്ചവടം ചെയ്യുന്ന കള്ളകൈകളെ തടുത്തൊരീ മലയാളനെ അറിയാത്തവർ ഇന്നീ കുടകിലില്ലെന്നറി യില്ലേ ധാരപ്പരെ. കേട്ടിരിക്കുന്നു ഞാൻ മന്ദപ്പന്റെ ഖ്യാതികൾ എന്നു പറഞ്ഞ് വേളാർകോട്ടു തണ്ടയാൻ സന്തോഷം പങ്കുവച്ചു.

എല്ലാവർക്കും കുടിക്കാൻ വെള്ളവുമായെത്തിയ ചെമ്മരത്തിയെ കണ്ട് ചക്കിക്കും കുമരച്ചനും തൃപ്തിയായി. മന്ദപ്പൻ എന്റെ മരുമ കൾക്ക് പുടവ കൊടുക്കുന്നതിൽ ഞങ്ങൾക്ക് സന്തോഷമേയുള്ളു വെന്ന് പറഞ്ഞ തണ്ടയാനോട് ചെമ്മരത്തിയെ വേൾക്കുന്നതിൽ ഞങ്ങൾക്കും പൂർണ്ണസന്തോഷമാണെന്ന് കുമരച്ചനും പറഞ്ഞു.

എന്നാലിനി കാലതാമസം വരുത്തേണ്ടെന്നും അധികം വൈകി യാൽ നല്ലൊരു മുഹൂർത്തം പോകുമെന്നും യോഗിവര്യൻ പറഞ്ഞ പ്പോൾ വേളാർകോട്ടു തണ്ടയാൻ പടിഞ്ഞാറ്റകം ചെന്നു ദീപം തെളി യിച്ചു. ദീപത്തിനുമുന്നിൽ രണ്ടു ആവണപലകകൾ കൊണ്ടുവച്ചു. മന്ദ പ്പനേയും ചെമ്മരത്തിയേയും വിളിച്ചുവരുത്തി ആവണപ്പലകയിൽ ഇരു ത്തി. കൂടികൊണ്ടവരേയും കത്തുന്ന ദീപങ്ങളേയും സാക്ഷിയാക്കി മന്ദ പ്പൻ ചെമ്മരത്തിക്കു പുടവ കൊടുത്തു കല്യാണം കഴിച്ചു.

---

[1] *പുടവ കൊടുത്തുകൊണ്ടുള്ള വിവാഹം*

[2] *വെപ്പാട്ടിയായിരിക്കുക*

പത്തൊൻപത്

വിടുവ കൊടുത്ത ദിവസം രാത്രിയിൽ ചെമ്മരത്തി കൊടുത്ത താംബൂലം ചവച്ചതിനുശേഷം ശൃംഗാരത്തോടെ തന്റെ മുഖത്തേക്കു നോക്കുന്ന ചെമ്മരത്തിയോട് നിനക്കുള്ള അളവറ്റ സ്നേഹം താംബൂലത്തിലൂടെയല്ലെങ്കിലും എനിക്കറിയാമെന്ന് പറഞ്ഞപ്പോൾ വിടർന്ന കണ്ണുകളോടെ മന്ദപ്പനെ നോക്കി. നിന്റെ സ്നേഹവും ഇഷ്ടവും എന്നോട് എത്രത്തോളമുണ്ടെന്ന് പറഞ്ഞറിയിക്കാതെ എനിക്കറിയാം. ഈ മന്ദപ്പൻ മരിക്കുന്നതുവരെ നിന്റെ കൂടെത്തന്നെയുണ്ടാവും. ഇനി മരണശേഷവും എന്റെ കൂടെ ഞാനിരിക്കുന്നേടത്ത് നീയുമുണ്ടാകും ചെമ്മരത്തീയെന്നും പറഞ്ഞ് അവളെ ആശ്ലേഷിച്ചു.

പുലരിയിൽ വിടർന്ന പുഷ്പദലത്തിലെ ഹിമബിന്ദുക്കൾ ലയിച്ചതുപോലെ ചെമ്മരത്തി മന്ദപ്പനിൽ ലയിച്ചു. ബ്രഹ്മാനന്ദത്തിന്റെ ലയനം പോലെയായിരുന്നു അവരുടെ ഒത്തുചേരൽ. സ്നേഹവും പ്രണയവും നിറഞ്ഞുകവിഞ്ഞപ്പോൾ പുറത്തേക്കു വരാത്ത ഭാഷയിൽ വികാരം പങ്കുവെച്ചു. പ്രണയവികാരങ്ങൾ മൗനമാക്കിയ മനസ്സ് പരാകാശത്തിൽ ലയിച്ചപ്പോൾ അന്നത്തെ രാത്രി പര്യവസാനിച്ചു.

പിറ്റേന്നാൾ പുലർവേളയിൽ മാതൈ അമ്മായി ചെമ്മരത്തിയെ അകത്തെ മുറിയിൽ തനിച്ചു വിളിച്ചു. പെറ്റിട്ടെനിക്ക് മക്കളിൽ പലതില്ല. ആകെയുള്ളത് അണ്ണൂക്കൻ ഒരാളാണ്. അതുപോലെതന്നെയാണെനിക്ക് മന്ദപ്പനും. അവനെ ഞാൻ പെറ്റില്ലെന്നേയുള്ളൂ ഞാൻ പെറ്റ കണക്കുതന്നെയാണവനെ പോറ്റിയത്. മലനാട്ടിൽനിന്നും വന്ന മന്ദപ്പന് അരിശം കൂടുതലാണെന്ന് നീയെന്നുമോർക്കണം. വയറു വിശന്നാലവന് കണ്ണു കാണില്ല. പൈദാഹം പൊറുക്കുവാനറിയുകയേ ഇല്ല. പാലിനും ചോറിനും മുന്നിൽ വരുമ്പോൾ വൈകിപ്പിക്കാതെ കൊടുക്കണം നീയവന് ചെമ്മരത്തീ. വീട്ടിൽ കലഹമുണ്ടാക്കാതെ ഇണപ്രാവുകളെപോലെ ആയിരത്താണ്ടോളം വാണിരിക്കണം പൊന്മകളെ നിങ്ങൾ എന്നും പറഞ്ഞ് മാതൈ അമ്മായി കണ്ണീർ തുടച്ചു. വിധിച്ചതുപോലെ വരട്ടെയെന്റെ കതിവനൂരമ്മേയെന്ന് നിസ്സംഗയായി ചെമ്മരത്തി മറുമൊഴി

നൽകിയപ്പോൾ മാതൈയമ്മായി അവളെ കെട്ടിപ്പിടിച്ച് മൂർദ്ധാവിൽ ചുംബിച്ചു.

ചക്കിയമ്മ ചെമ്മരത്തിയെ ചേർത്തുപിടിച്ചുകൊണ്ട് മന്ദപ്പനെ നല്ലോണം നോക്കണമെൻ മകളേയെന്നു പറഞ്ഞു. ഒരുപാട് ദുരിതമനുഭവിച്ചവനാണെൻ മന്ദപ്പനെന്നറിയുക നീ ചെമ്മരത്തീ. വാശിയും അരിശവുമവന്റെ കൂടപ്പിറപ്പാണെന്നും ഓർക്കണമെൻ മകളെ. ആർക്കു മുന്നിലും തലകുനിക്കാത്ത പ്രകൃതം നീ കാത്തുസൂക്ഷിക്കണമെന്നും പറഞ്ഞ് ചെമ്മരത്തിയെ അനുഗ്രഹിച്ചപ്പോൾ അങ്ങിനെയാവട്ടെ അമ്മേയെന്ന് പറഞ്ഞ് ചക്കിയമ്മയുടെ പാദം വണങ്ങി.

അത്രയുംനേരം ഒന്നും മിണ്ടാതെ ഇളമരത്തിലിരുന്ന കുമരച്ചൻ എഴുന്നേറ്റ് മന്ദപ്പന്റെ കൈ ചേർത്തുപിടിച്ചു. ചെറുതാപുരത്ത് ചെന്തെങ്ങോട് ചാരിവച്ച വില്ലുപൊട്ടിച്ച് കിണറ്റിലെറിഞ്ഞ കൈയാണിതെന്നു പറഞ്ഞു. വിശക്കുന്നേരം വീട്ടിലെത്തിയ നിനക്ക് പാലും ചോറും വിലക്കിയ അച്ഛനിന്ന് നിന്നെയോർത്ത് അഭിമാനമാണുള്ളത്.

മാങ്ങാടും കടമ്പേരിയിലും ഇന്ന് നിന്റെ യശസ്സ് വാനോളമുയർന്നു നിൽക്കുന്നു. ആണ്ടോടാണ്ടുള്ള ചുഴലിഭഗവതിയുടെ അടിയന്തിരത്തിന് നീ കൊടുത്തയക്കുന്ന ശുദ്ധം വരുത്തിയ ദ്രവ്യങ്ങളാണെടുക്കുന്നത്. ക്ഷേത്രത്തിൽ മുടങ്ങിപ്പോയ അടീലൂണ്' നീ കൊടുത്തയക്കുന്ന അരികൊണ്ടാണ് നടത്തിപ്പോരുന്നത്.

ഒരുനിമിഷം നിർത്തി കുമരച്ചൻ മനസ്സിലോർത്തു. ധീരയോദ്ധാവായ മന്ദപ്പനെ ഭയന്ന് മലനാട്ടിലെ കച്ചവടക്കാരെ ഇപ്പോൾ കുടകർ ഉപദ്രവിക്കുന്നില്ലെന്ന് മലനാട്ടിലെ കച്ചവടക്കാർ നാട്ടിൽ പറഞ്ഞുപരത്തുന്നത് അഭിമാനത്തോടെയാണ് ഞാൻ കേട്ടുനിൽക്കാറുള്ളത്. അതു കേൾക്കുമ്പോൾ പണ്ട് പൂന്തോട്ടത്തില്ലം തിരുമേനി പറഞ്ഞ വാക്കുകൾ ഓർമ്മയിലെത്തും. ചുഴലിഭഗവതിക്ക് പ്രപഞ്ചപരിപാലനത്തിന് ആദരാലൊരു ബാലകൻ വേണമെന്ന് പെരുമാളെ ധരിപ്പിച്ചപ്പോൾ അനുഗ്രഹത്താലീ ബാലകൻ പിറന്നിരിക്കുന്നു. അതോർക്കുമ്പോളെന്നും കണ്ണു നിറയാതിരുന്നിട്ടില്ല.

ധാരപ്പനോടായി കുമരച്ചൻ പറഞ്ഞു, ചുഴലിഭഗവതിയുടെ ഉപാസകന്മാരും ഭക്തന്മാരും കച്ചവടക്കാരും കുടകരുടെ ഉപദ്രവത്തിൽനിന്നും ആദ്യമായി രക്ഷ നേടിയത് മന്ദപ്പന്റെ വരവോടുകൂടിയാണെന്ന് മലനാട്ടിലെല്ലാരും പറയുമ്പോൾ ഞാനഭിമാനത്താൽ തലയുയർത്തി കേട്ടുനിൽക്കും.

അങ്ങിനെയല്ല കുമരച്ചാ, കുടകരെല്ലാം ഉപദ്രവിക്കുന്നവരല്ല. കള്ളക്കച്ചവടക്കാരും ചതിയന്മാരുമായ ചിലർ മാത്രമാണത് എന്നുപറഞ്ഞ് കുമരച്ചനെ തിരുത്തി.

കുമരച്ചന്റെയും ചക്കിയമ്മയുടെയും സ്നേഹപരിലാളനത്തിൽ മന്ദപ്പന്റെ മനമുരുകിയെന്നാലും മലനാട്ടിലേക്കില്ലെന്ന തീരുമാനത്തിൽ മാത്രം ഒരു മാറ്റവുമുണ്ടായില്ലെങ്കിലും ഒരത്യാവശ്യം വരുമ്പോൾ ഞാനങ്ങ് എത്തിയിരിക്കുമെന്ന് പറഞ്ഞ് അവരെ ആശ്വസിപ്പിച്ചു. ചക്കിയമ്മയ്ക്കും കുമരച്ചനും മന്ദപ്പനേയും ചെമ്മരത്തിയെയും പിരിഞ്ഞു പോകാൻ മനസ്സു വന്നതേയില്ല.

എല്ലാവരും മന്ദപ്പനോടും ചെമ്മരത്തിയോടും യാത്ര ചോദിച്ചു വേളാർകോട്ടെ പുഴ കടന്ന നേരം നേരമ്മാമന്റെ തറവാടുവീട്ടിലെ പടിഞ്ഞാറ്റയിൽ വച്ച ആയുധങ്ങളെ കുറിച്ചോർമ്മ വന്നു. താനിരിക്കുന്നേടത്ത് തന്റെ ആയുധവും വേണമെന്ന ചിന്ത മനസ്സിലുയർന്നുവന്ന നേരം അവർക്കു പിന്നാലെ കതിവനൂർവീട്ടിലേക്ക് പോയി ആയുധവുമെടുത്ത് തിരികെ വന്ന് വേളാർകോട്ടെ പടിഞ്ഞാറ്റയിൽ നിലവിളിക്കിനഭിമുഖമായി വച്ചു.

വേളാർകോട്ടേക്ക് തിരിച്ചെത്തിയ മന്ദപ്പനെ കെട്ടിപ്പിടിച്ച് ചെമ്മരത്തി ചുംബനംകൊണ്ട് പൊതിഞ്ഞു. ഭ്രാന്തമായൊരു ആശ്ലേഷത്തിന്റെ പിടിയിലമർന്ന മന്ദപ്പൻ നിശ്ചലനായി നിന്നു. അമിതാവേശത്തിൽ ചുംബിക്കുന്നതിനിടയിൽ ഒരുനേരം പോലും നിങ്ങളെ പിരിഞ്ഞിരിക്കാനാവില്ലയെൻ മന്ദപ്പായെന്ന് ആവർത്തിച്ചുകൊണ്ടേയിരുന്നു. ഒന്നും മനസ്സിലാകാതെ തരിച്ചുനിൽക്കുന്ന മന്ദപ്പന്റെ മുഖം ഇരുകൈകളിലും ചേർത്ത് ചെമ്മരത്തി തന്നോടടുപ്പിക്കുമ്പോൾ കണ്ണുനീർ ചാലുകൾ തീർത്ത് കവിളിലൂടെ ഒഴുകുന്നത് മന്ദപ്പൻ കണ്ടു.

അവളുടെ കണ്ണുനീർ ചുംബനംകൊണ്ട് മന്ദപ്പൻ ഒപ്പിയെടുത്തു. പൂവിതളുപോലെ കോമളമായ അവളുടെ വിരലുകൾ കൈകൊണ്ടു തലോടി. എന്നിട്ട് പതുക്കെ അവളുടെ ചെവിയിൽ പറഞ്ഞു, എനിക്കും നിന്നെ പിരിഞ്ഞിരിക്കാനാവില്ലെന്ന്. മന്ദപ്പന്റെ കൈവിരലുകൾ തന്റെ ഉള്ളംകയ്യിൽ വച്ചുകൊണ്ടവൾ ആവശ്യപ്പെട്ടു, എനിക്ക് വാക്കു തരണം. ഒരിക്കലും എന്നെ വിട്ട് ഒരു സ്ഥലത്തും അന്തിയുറങ്ങില്ലെന്ന്. മന്ദപ്പൻ അവളുടെ കൈകൾ ഉയർത്തി തന്റെ നെഞ്ചോടു ചേർത്തു. ഒന്നല്ല നൂറു വാക്കു തരാം. നിന്നെ വിട്ട് ഒരന്തി തനിച്ചിനി മന്ദപ്പനില്ല. ഇനി എന്നെങ്കിലും മന്ദപ്പൻ നിന്നെ കൂടാതെ അന്തിയുറങ്ങിയാൽ പിന്നൊരു ദിവസം ഉറങ്ങിയുണരാൻ മന്ദപ്പനിൽ ജീവനുണ്ടാവുകയില്ല.

ചെമ്മരത്തി മന്ദപ്പനെ തന്നോടടുപ്പിച്ച് നെറ്റിയിൽ ചുംബിച്ചു.

---

[1] *ക്ഷേത്ര അടിയന്തിരത്തോടനുബന്ധിച്ച് അഗ്രശാലയിൽവെച്ച് നൽകുന്ന പ്രസാദഊട്ട്*

ഇരുപത്

മന്ദപ്പനും ചെമ്മരത്തിയും ദാമ്പത്യജീവിതം ആഘോഷപൂർവ്വം ആരംഭിച്ചു.

കച്ചവടത്തിലും കൃഷിയിലും അഭ്യാസമുറകളിലും മാത്രം ജീവിച്ച മന്ദപ്പന് തന്റെ മനസ്സിനെ നിയന്ത്രിക്കാനാവാത്തവണ്ണം ചെമ്മരത്തിയുടെ പ്രണയലീലകളിൽ ലയിച്ചു. പ്രണയിച്ചും ആനന്ദിച്ചും അവർ ജീവിതത്തെ കൂടുതൽ സൗന്ദര്യവത്താക്കിയ ഇടവേളകളിലെ പ്രണയകലഹത്തിൽ വിജയിക്കുന്ന കാമിനിയായി ചിരിക്കുമ്പോൾ പ്രപഞ്ചം കീഴടക്കിയ സന്തോഷം ചെമ്മരത്തിയിലുണ്ടായി. തന്റെ സൗന്ദര്യത്തിലും മിടുക്കിലും പരാജിതനായ മന്ദപ്പന്റെ മുന്നിൽ അല്പം അഹങ്കാരത്തിൽ ചെമ്മരത്തി ചിരിക്കുമ്പോൾ പ്രേമസാമ്രാജ്യത്തിലെ പടക്കളത്തിൽ സമ്പൂർണ്ണപരാജിതനായ മന്ദപ്പൻ തലതാഴ്ത്തി.

ദിവസങ്ങളാരംഭിക്കുന്നതിൽ സൂര്യോദയത്തിന്റെ പങ്കിനെ മനസാ ശപിച്ച ദിവസങ്ങളായിരുന്നു കടന്നുപോയിക്കൊണ്ടിരുന്നത്. സൂര്യോദയത്തിനുശേഷമുള്ള സമയങ്ങളിലും പിരിഞ്ഞിരിക്കാനാവാതെ അവർ ഉല്ലസിച്ച വേളകളിൽ എട്ടുയാമങ്ങളും രാത്രിയായിരുന്നെങ്കിൽ എന്നവർ ചിന്തിക്കുവാൻ തുടങ്ങി. പൂക്കൾ നിറഞ്ഞുവിരിഞ്ഞ് നർത്തനമാടുന്ന പൂന്തോട്ടത്തിലകപ്പെട്ട വണ്ടിനെപ്പോലെ മന്ദപ്പൻ ആനന്ദസാഗരത്തിൽ മുങ്ങിപ്പൊങ്ങി മധു നുകർന്നു. പ്രഭാതം വിളിച്ചറിയിക്കുന്ന കളകൂജനം ഇരുവരുടെ കാതുകൾക്കും അസഹ്യമായി. ചെമ്മരത്തിയെ പിരിഞ്ഞിരിക്കേണ്ടിവരുമെന്ന ചിന്തയിൽ മന്ദപ്പൻ കൃഷിയാവശ്യത്തിനോ കച്ചവടത്തിനോ പോകാൻ തോന്നിയില്ല.

നിറപ്പകിട്ടാർന്ന ദാമ്പത്യാരംഭദിനങ്ങളിൽ ചെമ്മരത്തിക്കോ മന്ദപ്പനോ പരസ്പരം പിരിഞ്ഞിരിക്കാനായില്ല. പകലിനും രാത്രിക്കും അപ്സരസ്സുകളുടെ സൗന്ദര്യം തോന്നിയിരുന്നു. നിലാവിന്റെ ചിലങ്കകൾ പൊഴിക്കുന്ന മധുരശബ്ദത്തിന് കാതോർത്ത് മന്ദപ്പൻ സന്ധ്യ കഴിയുമ്പോൾ അകത്തെ മുറിയിലെത്തും. പൂനിലാവുതിർക്കുന്ന ഓരോ രാത്രികളിലും രതിക്രീഡകളുടെ ബഹുനിറങ്ങളായ പൂക്കൾ വിടർന്നു.

ആനന്ദകരമായ പ്രണയദിനങ്ങളിൽ പരസ്പരം ഒളിക്കാതെ അവരുടെ ഇഷ്ടാനിഷ്ടങ്ങൾ പങ്കുവെച്ചു. മധുരമായ പ്രണയസുഗന്ധം കാറ്റിനോടൊപ്പം വേളാർകോട്ടത്തെ വലംവച്ച ദിനങ്ങളിലൊന്നിൽ ജീവിതത്തിലും മരണത്തിലും നമ്മളൊന്നാണെന്ന് ചെമ്മരത്തി മന്ദപ്പന്റെ കാതിൽ മന്ത്രിച്ചു. സ്വർഗ്ഗത്തിലായാലും നരകത്തിലായാലും നമ്മളൊന്നിച്ചായിരിക്കുമെന്ന് മന്ദപ്പൻ ചെമ്മരത്തിയോട് പറഞ്ഞു.

വളകളും മാലകളുമണിഞ്ഞ് ചെമ്മരത്തി അടുത്തുവരുമ്പോൾ അവളുടെ സൗന്ദര്യംകൊണ്ട് ആഭരണങ്ങൾക്ക് കൂടുതൽ ശോഭയാർന്നതുപോലെ തോന്നി മന്ദപ്പന്. അണിഞ്ഞൊരുങ്ങി വരുന്ന ചെമ്മരത്തിയുടെ സാമീപ്യം പകലുകളെ രാത്രിയാക്കി മാറ്റി. പ്രണയത്തിൽ ലയിച്ച കാമം എത്രത്തോളമെന്ന് രണ്ടുപേർക്കും തിരിച്ചറിയാനായില്ല. കാമവാസനയുടെ അസാന്നിദ്ധ്യത്തിലും സരളവും നിർമ്മലവുമായൊരാലസ്യം ചെമ്മരത്തിയുടെ നെടുവീർപ്പുകളിൽ മന്ദപ്പനറിഞ്ഞു.

പൊരിവെയിലിൽ കൃഷിപ്പണിയെടുത്ത് തളർന്നുവരുമ്പോൾ ലഭിക്കുന്ന തണുത്ത കാറ്റുപോലെയായിരുന്നു ചെമ്മരത്തിയുടെ സാമീപ്യമെന്ന് പലപ്പോഴും മന്ദപ്പനു തോന്നാറുണ്ട്. അവളുടെ പൊട്ടിച്ചിരികളും ദ്രുതചലനങ്ങളും നിശ്വാസങ്ങളും മന്ദപ്പനെ സദാ ഉത്സാഹവാനാക്കി. എന്നാലവളുടെ സ്വയം പുകഴ്ത്തലും അമ്മാവൻ വേളാർകോട്ടു തണ്ടയാന്റെ മഹിമകളെ വാഴ്ത്തിയും ഏറെനേരം സംസാരിക്കുന്നതു കേൾക്കുമ്പോൾ ഉണ്ടാകുന്ന രസക്കേട് പുറത്തുവരാതിരിക്കാൻ മന്ദപ്പൻ നന്നെ പാടുപെട്ടു.

അവളുടെ സാമീപ്യത്തിലും സ്നേഹപരിലാളനത്തിലും വേളാർകോട്ടു വിട്ടുപോകുവാൻ മന്ദപ്പനായില്ലെങ്കിലും ചില നേരങ്ങളിൽ അത്യാവശ്യകാര്യങ്ങൾക്കായി മന്ദപ്പൻ കതിവനൂരേക്ക് പോയി വരുന്ന സമയങ്ങളിൽ ചിരിച്ചുകൊണ്ടാണെങ്കിലും ചെമ്മരത്തി കാണിക്കാറുള്ള പരിഭവങ്ങളിൽ മന്ദപ്പന്റെ മനസ്സു നൊന്തു. തന്റെ അസാന്നിദ്ധ്യത്തിലുയരുന്ന വികാരം വിരഹത്തിലുപരി ഒരുതരം സംശയസ്വഭാവത്തിലേക്ക് നീങ്ങുന്നത് തിരിച്ചറിഞ്ഞ മന്ദപ്പൻ കതിവനൂരേക്കുള്ള യാത്രകൾ തീർത്തും ഉപേക്ഷിച്ചു.

പട്ടണം പതിനെട്ടിലും ആറുനാട്ടിലും മലകൾ പന്ത്രണ്ടിലും കച്ചവടത്തിനു പോകുന്ന വേളകളിൽ അന്ന് എന്നെ കണ്ടപ്പോഴുണ്ടായതുപോലുള്ള ദാഹങ്ങൾ വരാറില്ലേയെന്ന് ഒരുനാൾ ചെമ്മരത്തി ചോദിച്ചപ്പോൾ മന്ദപ്പൻ തമാശയായി ചിരിച്ചുതള്ളിയെങ്കിലും വാക്കുകളുടെ മുന ഉള്ളിൽ തറച്ചു. അവളുടെ കൊച്ചുപിണക്കങ്ങൾ കലമ്പലുകളാവാതിരിക്കാൻ മന്ദപ്പൻ അവളുടെ തലമുടിയിൽ തലോടി, നിന്നോളം വരില്ല ഈ ആറുനാട്ടിലും പതിനെട്ടു പട്ടണങ്ങളിലുമുള്ള പെണ്ണുങ്ങൾ

എന്നു പറഞ്ഞു. ആ സമയത്ത് പിണക്കം മാറിയെന്നു വരുത്തിയെങ്കിലും ഇടയ്ക്കിടെ ഇത്തരം സംശയങ്ങൾ ചോദിക്കുന്നത് പതിവാക്കുന്നത് മന്ദപ്പനിൽ അസ്വസ്ഥതയുണ്ടാക്കി.

ചെമ്മരത്തിയെ പിണക്കേണ്ടെന്നു കരുതിയ മന്ദപ്പൻ കതിവനൂരിലേക്ക് തീരെ പോകാതിരുന്നപ്പോൾ കൃഷിക്കാര്യങ്ങൾ ആരും നോക്കാതെയായി. എണ്ണയാട്ടാത്ത ചക്കുകൾ മരവിച്ച് നിശ്ചലമായ നാളൊരിക്കൽ മന്ദപ്പൻ ചുമ്മാതെയിരിക്കുന്നത് നന്നല്ലെന്ന് ചെമ്മരത്തി തിരിച്ചറിഞ്ഞു. നാടുനീളെ എണ്ണക്കച്ചവടം ചെയ്ത നിങ്ങൾക്ക് എണ്ണയാട്ടി കച്ചവടം തുടർന്നുകൂടേയെന്ന് ചെമ്മരത്തി ചോദിച്ചപ്പോൾ എള്ളെവിടെ എന്ന് ഒരു മറുചോദ്യം ചോദിച്ചപ്പോൾ എള്ളു ഞാൻ തരാമെന്ന് ചെമ്മരത്തി മറുപടി നൽകി.

അത്യുൽസാഹത്തോടെ മന്ദപ്പൻ എണ്ണയാട്ടാൻ തയ്യാറായി. എള്ളിന്റെ ചേറും പതിരും ചെമ്മരത്തി ചേറി പെറുക്കിയെടുത്ത് ചക്കിൽ ചരിഞ്ഞു. വേളാർകോട്ട് തണ്ടയാന്റെ കാളകളെ പൂട്ടികെട്ടി മരചക്കിൽ മന്ദപ്പൻ എള്ളാട്ടിയപ്പോൾ തെളിനീരുപോലെ എണ്ണയൊഴുകി വന്നു.

ചെമ്മരത്തി തയ്യാറാക്കിവച്ച വലിയ ഭരണികളിൽ എണ്ണ പകർന്നു കെട്ടി അങ്ങാടിയിൽ ചെന്ന് എണ്ണ വിറ്റ് പണവുമായി വരാമെന്നു പറഞ്ഞു എഴുന്നേറ്റ മന്ദപ്പനോട് ചോറു കഴിച്ചുപോകാമെന്ന് ചെമ്മരത്തി ആവശ്യപ്പെട്ടു. ഉടനെതന്നെ ചെമ്മരത്തി ചോറും പാലും തയ്യാറാക്കി മന്ദപ്പനു കൊടുത്തു. വയറുനിറയുവോളം ചോറും പാലും കഴിച്ച് മന്ദപ്പൻ എണ്ണ വിൽക്കാൻ പുറപ്പെട്ടു. ആറുനാട്ടിലെ ചന്തയിലും പട്ടണം പതിനെട്ടിലും പോയി എണ്ണ വിറ്റ മന്ദപ്പൻ ബാക്കി വന്ന എണ്ണയുമായി വീരാജ്പേട്ടയ്ക്ക് ചെന്നു.

എണ്ണയും വിറ്റ് പണവുമായി വീരാജ് പേട്ടയ്ക്കുനിന്ന് തിരിച്ചുപോരാൻ നേരം സമയം നന്നേ വൈകി. മൂത്താർമുടിയിൽ കുടകരുടെ ശല്യം വർദ്ധിച്ച നാളുകളായിരുന്നു അത്. എണ്ണ വിറ്റു വരുന്ന മന്ദപ്പനോട് ഒന്ന് ശ്രദ്ധിക്കുന്നതു നല്ലതാണെന്ന് മറ്റു കച്ചവടക്കാർ സൂചന നൽകി. വീറും വാശിയും കാണിക്കേണ്ടുന്ന സമയമല്ലിതെന്നവർ മന്ദപ്പനെ ഉപദേശിച്ചു. ഇനി മുത്താർമുടി കുടകൻതന്നെ തന്റെ നേർക്കു പടയ്ക്കുവന്നാൽ താൻ നേരിട്ടോളാമെന്ന് മന്ദപ്പൻ അവരോട് പറഞ്ഞു.

കുറച്ചുകാലമായി മന്ദപ്പൻ കച്ചവടത്തിനെത്താതിരുന്നതിനാൽ കച്ചവടക്കാർക്ക് കുറെയൊരു ആശ്വാസമായിരുന്നു. കല്യാണം കഴിഞ്ഞതിനുശേഷം പട്ടണം പതിനെട്ടിലും മന്ദപ്പൻ എത്താതിരുന്നതിനാൽ അവരുടെ ഇഷ്ടത്തിന് കച്ചവടം നടത്താൻ സാധിച്ചിരുന്നു. വീണ്ടും മന്ദപ്പൻ ചന്തയിലെത്തിയപ്പോൾ അവർക്ക് ഇഷ്ടക്കേടുണ്ടായെങ്കിലും അയാൾക്കൊരാപത്തു വരാൻ അവർ ആഗ്രഹിച്ചിരുന്നില്ല.

നേരം ഇരുട്ടിയതിനാൽ വീരാജ്പേട്ടയിൽനിന്നുള്ള മടക്കയാത്രയിൽ വഴിയരികിലുള്ളൊരു കുടകന്റെ വീട്ടിലെത്തിയ മന്ദപ്പന് അവർ ചോറും പാലും കൊടുക്കാമെന്ന് പറഞ്ഞപ്പോൾ ഇപ്പോൾ വേണ്ടെന്ന് പറഞ്ഞു മന്ദപ്പൻ. ഇന്നത്തെ രാത്രി നീ എവിടെ പൊറുക്കും മന്ദപ്പായെന്ന് കുടകൻ ചോദിച്ചപ്പോൾ ഇന്നത്തെ രാത്രി ആലയിൽ കഴിഞ്ഞോളാമെന്ന് പറഞ്ഞു മന്ദപ്പൻ ആലയിൽ അന്തിയുറങ്ങി.

ആറുനാട്ടിലും പട്ടണം പതിനെട്ടിലും ചന്തയ്ക്കു പോയാൽ പോയ ദിവസംതന്നെ തിരിച്ചുവരുന്ന മന്ദപ്പനേയും നോക്കി ചെമ്മരത്തി അസ്തമയത്തിനുമുന്നേ കപ്പാലയ്ക്കരികിൽ വന്ന് വഴിയിൽ നോക്കി ഇരുപ്പായി. ചന്തയിൽനിന്നും തിരിച്ചുവരുന്ന ചിലരോടൊക്കെ നിങ്ങളാരെങ്കിലും കണ്ടുവോയെന്റെ മന്ദപ്പനെ എന്നു ചോദിച്ചു. പട്ടണം പതിനെട്ടിലേക്കും പോകുന്ന വഴിയിൽ ഞങ്ങൾ കണ്ടിരുന്നു നിന്റെ മന്ദപ്പനെ, എന്നാൽ കച്ചവടം കഴിഞ്ഞു മടങ്ങാൻനേരം കണ്ടില്ല ഞങ്ങളാരും നിന്റെ മന്ദപ്പനെയെന്നും പറഞ്ഞ് അവർ പോയി.

നിയന്ത്രണാതീതമായൊരു കുതിരയെ പൂട്ടിയ രഥത്തിലെന്നപോലെ ചെമ്മരത്തിയുടെ ചിന്തകൾ പലദിക്കുകളിലേക്കും ചെന്നു. കച്ചവടം കഴിഞ്ഞുവരുന്ന വഴിയിൽ മുത്താർമുടി കുടകരുടെ മുന്നിലോ മറ്റോ ചെന്നുപെട്ടോ എന്റെ ചുഴലിഭഗവതീ.

കള്ളകൈകൾക്കും കള്ളകച്ചവടത്തിനുമെതിരെ നിന്നൊരെൻ മന്ദപ്പനെ ആരെങ്കിലും ഒളിഞ്ഞുനിന്ന് ചതിയിൽ വീഴ്ത്തിയോ? മനസ്സിന്റെ കാണാത്ത അറയിലെ അറിയപ്പെടാത്ത ചിന്തകളോരോന്നായി പുറത്തുവരുന്ന നിമിഷത്തിലൊന്നിൽ വിറയലോടെ അവളുടെയുള്ളിലൊരു ദൃശ്യം മിന്നിമാഞ്ഞു. മന്ദപ്പന് ദാഹം തോന്നി ഏതോ ഒരു വീടിന്റെ പടിക്കലെ സുന്ദരിയെ കാണാൻ പോകുന്നൊരു കാഴ്ച അസഹ്യമായൊരു പിടയലായി ഉള്ളിൽ നിറഞ്ഞു.

ഇരുപത്തിയൊന്ന്

കോപവും ആധിയും ഒരുപോലെ കുന്നിറങ്ങി വന്ന നേരം ചെമ്മരത്തി ഇളമരത്തിൽ ഇരുന്നു.

അഭിസാരികയായ ഏതെങ്കിലും കുടകത്തിയുടെ കുടിലിൽ കഴിഞ്ഞെന്ന ചിന്തയിലുയർന്ന കോപവും കുടകുപടയുടെ ചതിയിൽ പെട്ടുപോയെന്ന ആധിയും ഒരുപോലെ തളർത്തിയ ചെമ്മരത്തിയുടെ നെഞ്ചിലെ തീ ആളിപ്പടർന്നു. സർവ്വം തികഞ്ഞ പോരാളിയായ മന്ദപ്പനെ വീഴ്ത്താൻ ഒരു കുടകനും കഴിയില്ലെന്ന വിശ്വാസം ചെമ്മരത്തിയുടെയുള്ളിൽ ഇടയ്ക്കിടെ ഉദയം ചെയ്തുകൊണ്ടിരുന്നു.

ചതികൈകൾക്ക് വഴങ്ങുന്നവനല്ല വീരനും തികഞ്ഞ പോരാളിയുമായ മന്ദപ്പൻ. എന്തിനുംപോന്ന ഒക്കത്തക്ക വാല്യക്കാരൻ മാത്രമല്ല നീതികേട് എവിടെക്കണ്ടാലും ചോദ്യം ചെയ്യുന്ന വില്ലാളിവീരനാണ് മന്ദപ്പൻ. മലയാളരെ പലവുരു ചതിച്ചുകൊണ്ടിരിക്കുന്ന മുത്താർമുടി കുടകർക്ക് മന്ദപ്പനോട് ഇത്രയും പകയും വിദ്വേഷവുമുണ്ടായതിനും കാരണം മറ്റൊന്നല്ല.

കോപം വഴിമാറിയപ്പോൾ ആധിയിൽ ക്ഷീണിതയായ ചെമ്മരത്തിയുടെയുള്ളിൽ ഓർമ്മകളുടെ വേലിയേറ്റം ഉയർന്നുപൊങ്ങി.

മലയാളരെ കലവറയില്ലാതെ സഹായിക്കുന്ന തറവാട്ടുകാരോട് മുത്താർമുടി കുടകർക്ക് എന്നും പകയായിരുന്നു. ഒരുനാൾ പെൻമണ്ടയിലെയും കാണത്തണ്ടയിലേയും വീട്ടുകാരെ വഴിമധ്യേ തടഞ്ഞ് മലയാളൻ മന്ദപ്പനെയും ധാരപ്പനെയും അകറ്റിനിർത്തണമെന്ന് ശാസനം നൽകി. രണ്ടു തറവാട്ടുകാരും ശാസനം ധിക്കരിച്ചതിഷ്ടപ്പെടാതെ, ഈ തറവാട്ടുകാരെ കുടകുമലയിൽ ഇനി മേൽ കൃഷിയിറക്കാൻ അനുവദിക്കില്ലെന്ന് മുത്താർമുടി കുടകൻ കല്പനയിട്ടു. കാണത്തണ്ട കാരണവർ കൃഷിയിറക്കാൻ വെള്ളാകുളത്തു വയലിലെത്തിയപ്പോൾ കുടകുപട വളഞ്ഞുവച്ചു.

കാട്ടുതീപോലെ പരന്ന വിശേഷം മന്ദപ്പന്റെ കാതുകളിൽ കൊടുങ്കാറ്റായി പതിച്ചു. പടിഞ്ഞാറ്റയിൽ ഓടി കയറി മന്ദപ്പൻ ആയുധങ്ങ

ളെടുത്ത് തൊഴുതിറങ്ങി. ചുട്ടുപൊള്ളുന്ന സൂര്യനുതാഴെ നടുമുറ്റത്തു നിന്ന് വെള്ളകച്ച മുറുക്കി കെട്ടി. ഉറുമിക്കു മീതെ മുറുക്കിയ കച്ചക്കു പുറത്ത് വാളുകൾ തൂക്കിയിട്ടു. വെള്ളോടു തൊപ്പിയും മാർകവചവും അമർത്തിക്കെട്ടി. ശരക്കോലുകളും വില്ലും കയ്യിലേന്തി ഗുരുപരമ്പര കളെയും ചുഴലിഭഗവതിയെയും ധ്യാനിച്ചു. പടഭദ്ര ചുഴലിഭഗവതിയുടെ അനുഗ്രഹം ചുടുകാറ്റായി വലംവെച്ച നേരം മന്ദപ്പന്റെയുടൽ അടി മുടി വിറച്ചു. അങ്കക്കലി പൂണ്ട് ആർത്തട്ടഹസിച്ച മന്ദപ്പൻ വെള്ളാകു ളത്തു വയലിൽ നിലയുറപ്പിച്ച കുടകുപടയ്ക്കു നടുവിലേക്ക് കൊടു ങ്കാറ്റുപോലെ പാഞ്ഞുചെന്നു.

ആയുധവുമായി ശരവേഗത്തിൽ പാറിപ്പറന്നെത്തിയ മന്ദപ്പനെ കണ്ട് കുടകുപട ഭയന്നുവിറച്ചു. മലയാളചേകോൻ മന്ദപ്പന്റെ പടപ്പുറപ്പാടിൽ കാലിടറാതെ പൊരുതാൻ മുത്താർമുടി കുടകൻ അലറി.

കുടകുപ്പടയുടെ ആദ്യനിര വില്ലെടുത്തു തൊടുത്തപ്പോൾ നൊടി യിട നേരത്തിൽ തടുത്ത് മന്ദപ്പൻ പൊരുതാനൊരുങ്ങി. ഒറ്റവില്ലിട്ടും കൂട്ട വില്ലിട്ടും ശരമെയ്ത് മുന്നേറിയ ഒന്നാം നിരയ്ക്കൊപ്പം രണ്ടാംനിരയും മൂന്നാംനിരയുംകൂടി ചേർന്നപ്പോൾ അവരുടെ ഇടനെഞ്ചുനോക്കി കൂർത്തുമൂർത്ത ശരംതൊടുത്ത മന്ദപ്പന് ലക്ഷ്യം തെറ്റിയില്ല. മുത്താർ മുടി കുടകന്റെ പടയിലെ മുഖ്യപോരാളി അയ്യങ്കേരി വെക്കുടവൻ നിലം പതിച്ചു. ഓടിക്കൂടിയ കുടകർ ശരം വലിച്ചൂരി. വർദ്ധിച്ച കോപത്തോടെ അവർ മന്ദപ്പനുനേരെ പാഞ്ഞടുത്തു.

കലി മൂത്ത മന്ദപ്പൻ അരയിൽ തൂങ്ങുന്ന വടിവാൾ ഉറയിൽ നിന്നൂരി ഇടത്തുതൂങ്ങി വലത്തു തൂങ്ങി ചാടിപ്പിടിച്ചമർന്നു പൊങ്ങി പടനടുവി ലേക്കെടുത്തു ചാടി. പടനിലത്തെ ഇളക്കിമറിച്ച അപാരപാടവം കണ്ട കുടകർ ഞെട്ടിവിറച്ചു. ഈറ്റപുലി കണക്കെ ചീറിയടുക്കുന്ന മന്ദപ്പനോ ടേറ്റുമുട്ടാനാവാതെ കുടകുപട ഇളകിയോടി. കുയ്യഞ്ചേരി നാട്ടിലോളം തിരിഞ്ഞോടിയ കുടകുപടയ്ക്കു പിന്നാലെ മന്ദപ്പൻ ചീറിപാഞ്ഞു. കലി തുള്ളി വരുന്ന മലയാളചേകോന്റെ കോപത്തിൽ എരിഞ്ഞടങ്ങാതിരി ക്കാൻ ശേഷിച്ച കുടകുപട ഓടിയൊളിച്ചു.

പട ജയിച്ച് തിരിച്ചെത്തിയ മന്ദപ്പൻ വെള്ളാകുളത്തുവയൽ നടു വിൽ മുക്കാലിയിൽ കെട്ടിയ കാണത്തണ്ട കാരണവരുടെ കെട്ടഴിച്ച നേരം കുടികൊണ്ട മലയാളർ മന്ദപ്പൻ പട ജയിച്ചേയെന്ന് ആർത്തു വിളിച്ചു. പെൺമണ്ടയിലെയും കാണത്തണ്ടയിലെയും യുവാക്കൾ മന്ദ പ്പനെ ചുമലിലേറ്റി നൃത്തം ചെയ്തു.

പട ജയിച്ച മന്ദപ്പന്റെ വീരഗാഥ ഉപ്പും നെല്ലും പരന്ന നാട്ടിൽ ശര വേഗം പടർന്നു. മന്ദപ്പന്റെ ഖ്യാതി പട്ടണം പതിനെട്ടിലും പരന്നു. അപ മാനിതനായ മുത്താർമുടി കുടകൻ പടയുടെ അംഗബലം കൂട്ടാൻ തുനി

Smitha

ഞ്ഞിറങ്ങി. പകയും വിദ്വേഷവും അടിക്കടി വർദ്ധിച്ച കുടകൻ അയ്യങ്കേരി നാട്ടിലെ വെക്കുടവന്റെ ബന്ധുക്കളെ പടയിൽ കൂട്ടി. പയ്യെട്ടിരയിലും അന്നെരക്കണ്ടയിലും ചെന്ന് ചതിയടവുകളിൽ പരിചിതരായ പോരാളികളെ ക്ഷണിച്ചുതുടങ്ങി. പകയും അപമാനവും കൊണ്ടു സമനില തെറ്റിയ മുത്താർമുടി കുടകൻ ചതിമുറകൾ പടയാളികൾക്ക് ഓതി കൊടുത്തു. പരാജയത്തിന്റെ കയ്പ്പും ചവർപ്പും എരിതീയായി അസ്വസ്ഥത സൃഷ്ടിച്ച രാത്രിയിൽ പടയാളികളെ വിളിച്ചുണർത്തി പടനിലത്തിലെത്തി പോർ വിളിച്ചു.

പടവിളികേട്ട മന്ദപ്പൻ കിടക്കപ്പായയിൽനിന്നും ചാടിയെഴുന്നേറ്റു വിളിച്ച വിളിക്കു പോർവിളിയായി ആയുധങ്ങളുമായി പടക്കളത്തിൽ മദയാനയെപോലെ പാഞ്ഞെത്തി. കൂട്ട വില്ലിട്ടെയ്യണം മന്ദപ്പനെ, നിങ്ങൾ ഒറ്റവില്ലിട്ടെയ്യണം മന്ദപ്പനെ കുടകു പടത്തലവൻ പടമധ്യത്തിൽ നിന്നലറി. വർദ്ധിച്ച കോപത്തോടെ ശരമെയ്യുന്ന കുടകരെ അമ്പരപ്പിച്ചുകൊണ്ട് ആകാശത്തേക്കുയർന്നുപൊങ്ങി വടിവാളു വീശിയ മന്ദപ്പന്റെ ദേഹത്തിൽ ഒറ്റശരംപോലും മുറിവേൽപ്പിച്ചില്ല.

ഒന്നാംനിരയിൽ വന്ന ആറും മൂന്നും ഒമ്പതും കുടകരുടെ തലയറുത്ത മന്ദപ്പന്റെ ഇരുട്ടിലെ കൃത്യതയിൽ അതിശയിച്ചോടിയ കുടകപടയുടെ രണ്ടാംനിരയിലെ പതിനെട്ടു കുടകരെയും ദ്രുതഗതിയിൽ ശരമെയ്ത് വീഴ്ത്തി. അസമയത്തും നിലാവ് തീപ്പന്തംപോലെ പടനിലത്തെ ഇരുട്ടിനെ വിഴുങ്ങി.

പോരിൽ കലിപൂണ്ട ചുഴലിഭഗവതിയുടെ ഉറഞ്ഞാട്ടംപോലെ പോർക്കളത്തിൽ നിറഞ്ഞോടിയ മന്ദപ്പന്റെ ശരമെയ്ത്ത് പെരുമഴപോലെ വരുന്നതു കണ്ട കുടകുപടയിലെ മൂന്നാംനിര നേരെയടുക്കാതെ പിന്തിരിഞ്ഞോടി. ഇഷ്ടദേവതയും പടകാളിയുമായ ചുഴലിഭഗവതിയെ ധ്യാനിച്ച് മന്ദപ്പൻ പടനിലത്തിൽ നമസ്ക്കരിച്ചു.

പടജയിച്ച് വേളാർകോട്ടത്തെത്തിയ മന്ദപ്പന്റെ ബലിഷ്ഠങ്ങളായ കരങ്ങളിലും വിയർപ്പിൽ നനഞ്ഞ വിരിമാറിലും ചെമ്മരത്തി ആരാധനയുടെ ചുംബനങ്ങൾ വർഷിച്ചു. സർവ്വം തികഞ്ഞ യോദ്ധാവിന്റെ വിരിഞ്ഞ മാറിൽ തളർന്നു ചാഞ്ഞ ചെമ്മരത്തിയുടെ നെടുവീർപ്പിൽ മന്ദപ്പൻ മയങ്ങി.

***

ചുവന്നുതുടുക്കുന്ന കിഴക്കൻമേഘക്കൂട്ടങ്ങൾക്കിടയിലൂടെ വെളിച്ചമിറങ്ങാൻ നാഴികകൾ ബാക്കിയുള്ളപ്പോൾ അഭിസാരികയായൊരു കുടകത്തിയുടെ തുടുത്ത മാറിലെ ചൂടിൽ ആലസ്യമകറ്റുന്ന മന്ദപ്പന്റെ മുഖം ചെമ്മരത്തിയുടെയുള്ളിൽ ചുട്ടുപൊള്ളുന്നൊരു തീഗോളമായുയർന്നു.

ഇരുപത്തിരണ്ട്

പലവുരു പലതും ചിന്തിച്ചിട്ടും ചെമ്മരത്തിയുടെ മനസ്സിലെ കോപം ശമിച്ചില്ല. ആളിപ്പടരുന്ന തീയായിട്ടത് ചെമ്മരത്തിയെ വിഴുങ്ങിക്കൊണ്ടിരുന്നു. സത്ചിന്തകൾ പടിയിറങ്ങിയ വേളയിൽ കുടിയേറിയ അവിവേകത്തിൻ നടുവിൽ ചെമ്മരത്തി വന്താർമുടി പുഴയ്ക്കക്കരെയുള്ള ബൊമ്മരതെരുവിലെ കൂത്തിച്ചികളായ കുടകത്തിമാരുടെ കൂടെ മന്ദപ്പൻ കഴിഞ്ഞെന്നു മനസ്സിലുറപ്പിച്ചു.

ആണൊരുത്തൻ ഏതു നാട്ടിൽനിന്നു വന്നവരായാലും ബൊമ്മരതെരുവിലെ കൂത്തിച്ചികളുടെ അരികിലൂടെ നടന്നാൽ അവർ മയക്കി വീഴ്ത്തുമെന്ന് കേളിയുള്ളതാണ്.

കതിവനൂരിൽ കച്ചവടത്തിന് മന്ദപ്പൻ പോയി വരുമ്പോൾ ചന്തയിൽ വരാറുള്ള കുടകത്തികളുടെ രൂപലാവണ്യം പലവുരു പറയുമ്പോൾ മുഖം കറുപ്പിക്കാറുള്ള ചെമ്മരത്തി മന്ദപ്പനിൽ ഇനിയൊരു ഇളക്കമുണ്ടായോ എന്ന് ചിന്തിക്കാൻ തുടങ്ങി.

കുടകുപടയെ ഒറ്റയ്ക്കു നേരിട്ട വീരൻ. ചതിവീരന്മാരായ മുത്താർമുടി കുടകരുടെ ഒറ്റവില്ലും കൂട്ടവില്ലും ശരവേഗത്തിൽ വീശിയ വടിവാളിൽ തരിപ്പണമാക്കിയ ധീരന്റെ മാറിലെ ചൂടിന് കൊതിയില്ലാത്ത കുടകത്തികൾ ഉണ്ടായിരുന്നില്ല ഈ ഏഴിനുംമീത്തൽ. ഒരുനേരം ഒരുവേള കപ്പാലയ്ക്കരികിലിരുന്നൊളിഞ്ഞുനോക്കാത്ത കുടകത്തിമാരില്ലെന്ന് പലവുരു മന്ദപ്പൻതന്നെ പറഞ്ഞിരിക്കുന്നു. കളി പറഞ്ഞ് നിന്നെ കോപിപ്പിക്കാനെന്നു പറഞ്ഞ മന്ദപ്പന്റെയുള്ളിൽ അവരോടുള്ള ആവേശവും കൊതിയും ഒളിപ്പിച്ചുവെച്ചിട്ടുണ്ടാവും.

ഒരുനാൾ എണ്ണ വിറ്റുവരുന്ന സന്ധ്യയിൽ വന്താർമുടി പുഴയ്ക്കക്കരെ നിന്നൊരു കുടകത്തി കുടിയിലേക്ക് കയറി വന്നൊന്നിരുന്നിട്ടു ദാഹം മാറ്റി പോകൂയെന്ന് പറഞ്ഞ് തന്നെ വിളിച്ചെന്ന് മന്ദപ്പൻ പറഞ്ഞത് ചെമ്മരത്തി ഓർത്തെടുത്തു. അതുകേട്ട താൻ ഇരുചെവികളും പൊത്തി തല പടിയിലിട്ടിടിച്ചപ്പോൾ ഞാനൊരു കളി പറഞ്ഞതല്ലേ എന്നു പറഞ്ഞ് മന്ദപ്പൻ തന്നെ ചേർത്തുപിടിച്ച് മൂർദ്ധാവിൽ ചുംബി

ച്ചത് ചെമ്മരത്തിയുടെ മനസ്സിൽ തെളിഞ്ഞുവന്നു. അന്നൊരു ചുംബന ത്തിലലിഞ്ഞുപോയ ചെമ്മരത്തിയുടെ ഉള്ളിലെ കലി ഇന്നൊരു തീജ്വാ ലയായി ഉയർന്നു.

ഏത് പെണ്ണും കൊതിക്കുന്ന അഴകുതികഞ്ഞ ചേകവനാണ് മന്ദ പ്പൻ എന്ന് നാനാജാതി പെണ്ണുങ്ങളും പറയാറുണ്ടെന്ന് എത്രയോ തവണ കുങ്കിപ്പെണ്ണ് സൂചിപ്പിച്ചതോർത്തപ്പോൾ ചെമ്മരത്തിയുടെയു ള്ളിൽ മന്ദപ്പന്റെ രാത്രിയാത്രയുടെ ചിത്രം തെളിഞ്ഞുവന്നു.

എണ്ണ വിറ്റു വരുന്ന നേരം കാട്ടുകൂവ്വ ചെടികൾ വളർന്നുനിൽക്കുന്ന പുഴയ്ക്കരികിൽ തെളിനീരിൽ നീരാറ്റിനിറങ്ങിയ വേദത്തിയുടെ കട മിഴി കടാക്ഷത്തിൽ മന്ദപ്പൻ സ്വയം മറന്നുനിന്നു. ഒറ്റമുണ്ടുടുത്തു ജല കന്യകയെപ്പോലെ തെളിനീരിൽ നിന്നുകൊണ്ട് കൈകൾ ഇടംവലം തിരിച്ചു മുഴുത്ത മാറിടങ്ങൾക്കു മറയാക്കി കള്ളച്ചിരിയോടെ വേദത്തി മന്ദപ്പനെ അടിമുടി ഉഴിഞ്ഞുനോക്കി.

വിരിഞ്ഞ മാർത്തടവും ഒതുക്കമുള്ള അരക്കെട്ടും തേജസ്സാർന്ന തുടു തുടുത്ത കവിളുകളും കറുത്ത താടിരോമങ്ങളും മേൽമീശയും തിളക്കമാർന്ന കണ്ണുകളും വേദത്തിയെ മത്തുപിടിപ്പിച്ചു. ഗന്ധർവ്വസ മാനനായ മന്ദപ്പന്റെ സഹശയനത്തിന് ആർത്തിപൂണ്ടിരിക്കുന്ന വേദ ത്തിയുടെ ഉള്ളം തുടിച്ചുയർന്നു.

ഇടിനാദംപോലെ ഗർജ്ജിച്ചുകൊണ്ട് ഊരിപ്പിടിച്ച വാളും പരി ചയുമായി പടനിലങ്ങളിലേക്ക് മദയാനയെപ്പോലെ പാഞ്ഞുചെന്ന് കുട കുപടയെ വിറപ്പിച്ചോടിച്ച മന്ദപ്പന്റെ മാറിലെ ചൂടിന് കൊതിപൂണ്ട വേദത്തി മന്ദപ്പനെ കുടിയിലേക്ക് കൈപിടിച്ചുകൊണ്ടുപോയി.

ഉമിത്തീയിൽ വെന്തുരുക്കുന്നൊരു നീറ്റലിൽ ചെമ്മരത്തി ചാടിയെ ഴുന്നേറ്റു. അരിശം ആളിക്കത്തിയതിന്റെ ചൂടിൽ ചെമ്മരത്തി കിതച്ചു. ദ്രുതഗതിയിൽ മിടിക്കുന്ന ഹൃദയതാളം അവളുടെ മനസ്സിൽ നിന്നകന്ന സത്ചിന്തയ്ക്കുള്ള കാത്തിരിപ്പിൽ ചെമ്മരത്തി സാസ്ഥ്യം നഷ്ടപ്പെട്ടു മുറ്റത്ത് ഇറങ്ങിനടന്നു. അതിരറ്റ ചിന്തക്ക് വശംവദയായ ചെമ്മരത്തി യുടെ കലുഷിതമനസ്സിൽ അറവിലവാക്കുകൾ ഒന്നിച്ചിളകി വന്നു. അരിശം ആളിക്കത്തുമ്പോൾ കപ്പാലയ്ക്കരികിലേക്ക് ഓടിവന്ന് ആഞ്ഞു ചവിട്ടി.

കുടിലതയും മനോവ്യഥയും കൊണ്ട് സമനില തെറ്റിയ ചെമ്മര ത്തിയിൽ അരിശം അടിമുടി പടർന്നുകയറി. സങ്കല്പത്തിൽ നിരൂപിച്ച വേദത്തിയുമായുണ്ടായ മന്ദപ്പന്റെ സഹശയനം അയാളുടെ നീചത്വവും വഞ്ചനയുമാണെന്നറിഞ്ഞ നേരം ചെമ്മരത്തി ദുർവിധിയെ പഴിച്ചു കൊണ്ടേയിരുന്നു. കുടകത്തിയുടെ ഉപജാപത്തിൽ അധഃപതിച്ച മന്ദ പ്പന്റെ സർവ്വനാശംപോലും തന്നെ അസ്വസ്ഥമാക്കില്ലെന്ന ചിന്ത ചെമ്മ

രത്തിയെ കീഴടക്കി. ജീവൻകൊടുത്തും സ്നേഹിക്കുന്ന തന്നെ വഞ്ചിച്ച പരമദുഷ്ടനായ മന്ദപ്പനെ കുറിച്ചോർക്കുമ്പോൾ ക്രോധവിദ്വേഷജ്വാലകൾ അന്തമില്ലാത്ത ആശകൾക്ക് അറുതിവരാത്ത ചെമ്മരത്തിയുടെയുള്ളിൽ ഉയർന്നുകത്തി.

മന്ദപ്പനോടുള്ള സ്വാർത്ഥതയിൽ മുങ്ങിയ സ്നേഹവും ദൃഢബന്ധവും കൊണ്ട് ആത്മനിയന്ത്രണം നശിച്ച ചെമ്മരത്തി ഏതോ വേദത്തിയോടൊപ്പം ആസക്തി തീർക്കുന്ന മന്ദപ്പന്റെ രൂപം ഉള്ളിലുയർന്ന നേരം ഉഗ്രകോപത്താൽ അത്യുച്ചത്തിൽ ശപിച്ചുകൊണ്ട് സംഹാരരാക്ഷസിയെപ്പോലെ കലിതുള്ളിക്കൊണ്ട് മുറ്റത്തെ ഇരുട്ടിലേക്കിറങ്ങി.

കുഞ്ഞൂട്ടി പെരുവണ്ണാൻ

ഇരുപത്തിമൂന്ന്

ആചാരപ്പെട്ട കൊല്ലംതന്നെ രണ്ടുതവണ കതിവനൂർവീരൻ കെട്ടിയാടാനുള്ള അവസരം കുഞ്ഞൂട്ടിക്ക് ലഭിച്ചു. കതിവനൂർവീരൻ തെയ്യത്തിലൂടെ കുഞ്ഞൂട്ടിയുടെ പേരും പെരുമയും ദേശത്തിനതിർത്തിയും കടന്നുചെന്നു. പുറംദേശത്തുകാർ ക്ഷണിച്ചുവരുത്തി തെയ്യം കെട്ടിച്ചപ്പോൾ ഒതേനപെരുവണ്ണാൻ ആദ്യം എതിർത്തെങ്കിലും ആശാന്റെ നിർബന്ധത്തിലും പ്രേരണയിലും വഴങ്ങി.

"നമ്മളെ കാലല്ല ഇനി വെരാൻ പോന്നത്. കാലം മാറുമ്പം എല്ലാം മാറണ്ടെ പെരുണ്ണാനെ?" ആശാൻ ചോദിച്ചു.

"കാലം മാറുമ്പം കോലം മാറാണ്ടർന്നാ മതി."

ഒതേനപെരുവണ്ണാൻ അർത്ഥം വച്ചു ചിരിച്ചു.

"ഓൻ ഇനിയങ്ങോട്ട് എന്റെ കൂടെ വെരട്ടെ. കോലസ്വരൂപത്തിലും തെക്കൻനാട്ടിലും ഒരുപാട് തെയ്യുണ്ടെനിക്ക്. നല്ലൊരാള് കൂടെല്ലായിറ്റാണ് ഒന്നും നേരാംവണ്ണം ഏൽക്കാത്തത്."

"ഒക്കെ നിങ്ങടെ ഇഷ്ടം. ആശാന്റെ കൂടെയാന്നൊരു സമാധാനുണ്ടാവൂല്ലോ."

ഒതേനപെരുവണ്ണാൻ സമ്മതം നൽകി. പിന്നീടങ്ങോട്ട് ആശാന്റെ കൂടെതന്നെയായി. തുലാംപത്തിന് തെയ്യം തുടങ്ങിയാൽ എടവത്തിൽ കളരിവാതുക്കലെ തിരുമുടി വരെയുള്ള തെയ്യക്കാലങ്ങളിൽ അപൂർവ്വമായി മാത്രമേ വീട്ടിലെത്തിയിരുന്നുള്ളു. കുഞ്ഞൂട്ടി കൂടെയെത്തിയതോടെ ആശാൻ ആളില്ലാത്തതിനാൽ ഒഴിവാക്കിയ പല കാവുകളിലേയും തെയ്യം വീണ്ടും ഏറ്റെടുത്തു.

ആചാരപ്പെട്ടു പെരുവണ്ണാനായതോടെ കുഞ്ഞൂട്ടി മറ്റു പ്രധാന ദേവതകളുടെയും തിരുമുടി ശിരസ്സിലേറ്റി തന്റെ പ്രാഗൽഭ്യം തെളിയിച്ചു. ഉഗ്രരൂപിണികളും ശാന്തസ്വരൂപിണികളും ഒരുപോലെ കുഞ്ഞൂട്ടിയിൽ വഴക്കം കല്പിച്ചു. തഴക്കവും പഴക്കവും ചെന്നവർ മാത്രം കെട്ടിയാടുന്ന ദേവതകളുടെ തിരുമുടിയേറ്റാൻ തുടങ്ങിയത് നാരായണപുരത്തെ പുതിയോത്ര'യോടെയായിരുന്നു.

ആശാന്റെ കൂടെ തെയ്യങ്ങളുമായും അണിയലം നിർമ്മാണം പഠിച്ചും കഴിഞ്ഞുകൊണ്ടിരിക്കെ ഒരുദിവസം നാരായണപുരത്ത് പുതിയഭഗവതി ക്ഷേത്രത്തിൽനിന്നും രണ്ട് ഊരാളന്മാർ ആശാനെ കാണാനെത്തി.

"ന്താ എല്ലാരും കൂടി?"

ആശാൻ അവരോട് വിശേഷങ്ങൾ തിരക്കി.

"നാരായണപുരത്തെ പുതിയോത്ര നിശ്ചയിച്ചിട്ടുണ്ട്."

ഭവ്യതയോടെ അവർ പറഞ്ഞു.

"അപ്പോ, നിങ്ങടെ ഊരാൺമ തർക്കങ്ങളൊക്കെ പരിഹരിച്ചോ?"

"അതെല്ലാം നാട്ടുകാരുടെ മധ്യസ്ഥതയിൽ ഒത്തുതീർത്തു. കളിയാട്ടം മൊടങ്ങിയതോണ്ട് ദേവി കോപിച്ചിരിക്കുന്നു. നാട്ടിലാങ്കില് മുഴുവനും ദുശ്ശകുനോം ദുർനിമിത്തോം. ഒടുക്കം എല്ലാരും കൂടി പ്രശ്നം വെച്ചപ്പോ പുതിയോത്ര മൊടങ്ങിയതോണ്ടാ എല്ലാ കൊയപ്പങ്ങളുംന്ന് ഗുരിക്കള് പറഞ്ഞു."

"അമ്മേടെ ഓരോ കളികള്."

ആശാൻ മുകളിലേക്ക് നോക്കി തൊഴുതു.

"പെരുണ്ണാൻ തന്നെ അടയാളം[2] വാങ്ങണം."

"എന്നാ പിന്നെ ഏൽക്കാ അല്ലേ കുഞ്ഞൂട്ടീ?"

ആശാൻ കുഞ്ഞൂട്ടിയെ നോക്കി പറഞ്ഞു. സമ്മതഭാവത്തിൽ കുഞ്ഞൂട്ടി തല കുലുക്കി.

"ആരാപ്പാ ഈ ചെറിയാള്?" ഊരാളന്മാരിലൊരാൾ ആശാനോട് തിരക്കി.

"ചെറിയാളോ? ഓൻ വെല്യ പെരുണ്ണാനാണ്. എത്ര കതിവനൂർ വീരൻ കയിച്ചൂന്നറിയോ?"

അവർ അതിശയത്തോടെ കുഞ്ഞൂട്ടിയെ നോക്കി.

ആശാൻ തുടർന്നു. "നാലഞ്ചെണ്ണം നിവൃത്തിച്ചു. കൂടാതെ ഊർപ്പഴശ്ശി വേട്ടക്കരനും പോതിയുമൊക്കെ കയിച്ചു. എന്റെ ശിഷ്യനാ."

ആശാൻ അഭിമാനത്തോടെ അവരെ നോക്കി.

"ഏതായാലും നന്നായി. പെരുണ്ണാന് നല്ലൊരു സഹായീന തന്നെ കിട്ട്യല്ലോ."

ആശാൻ കുഞ്ഞൂട്ടിയെ നോക്കി.

ഊരാളൻ തുടർന്നു. "ആശാന് ചേർന്നൊരു തൊണ ഇല്ലാണ്ടിരിക്ക്യല്ലേ. നല്ലൊരു തൊണക്കാരനില്ലാത്തോണ്ട് പുതിയതൊന്നും ഏൽക്കലുല്ലാന്നു മാത്രോല്ല പഴേത് കൊറെ ഒഴിവാക്കലുവാന്ന് എല്ലാരും പറേന്നുണ്ട്."

അവർ പറയുന്നതംഗീകരിച്ച് ആശാൻ തലയാട്ടി.

"എന്നാലടയാളം വാങ്ങാൻ സംക്രാന്തിക്ക് കാവിലേക്ക് വരവല്ലോ"

ഊരാളന്മാർ യാത്ര ചോദിച്ചു.

"നമ്മളെത്തിക്കോളാം."ആശാൻ അവരെ യാത്രയാക്കി.

"നാരായണപുരത്തെ പുതിയോത്രയ്ക്ക് അടിയന്തിരക്കാരനാവ്വാന്ന് വെച്ചാ അതോളം ഭാഗ്യം വേറെ ഇല്ലാന്നറിയോ കുഞ്ഞൂട്ടീ."

ആശാൻ നാരായണപുരത്തെ പ്രത്യേകതകൾ പറയാൻ തുടങ്ങി.

"പണ്ടെല്ലാം വസൂരി വന്നാ ആരും വൈദ്യരടുത്തല്ല പോവ്വാ. നേരെ പുതിയോതികാവിന്റെ നടേലേക്കാ പോവ്വാ. അമ്മ നോക്കിയാ ആറാം പക്കം കുരു അമരൂന്നാ കേൾവി."

ആശാൻ ഒന്നു നിർത്തി മുറുക്കാനെടുത്തു. വീണ്ടും തുടർന്നു, "ഇപ്പളും കൊറവൊന്നൂല്ല. ഉദയാരംഭത്തിന് ഒരു നാഴിക മുന്നെ തിരുമുടി വെച്ചാൽ ഉച്ച കഴിയണ്ടേ തെരക്കൊഴിഞ്ഞ് മുടി താഴ്ത്താൻ."

സംക്രമദിവസം രാവിലെ കുളി കഴിഞ്ഞ് അടയാളം വാങ്ങുവാൻ ആശാനോടൊപ്പം പോയി.

"അപ്പോ മേടം രണ്ടിന് തൊടങ്ങലടിയന്തിരം."

ഊരാളൻ ഓർമ്മിപ്പിച്ചു.

"രണ്ടാംതീയ്യതി ഉച്ചക്ക് മുമ്പിങ്ങെത്തും."

നടയിൽനിന്നും ഭഗവതിയെ തൊഴുതിറങ്ങി. പിന്നീടുള്ള ദിവസങ്ങളിൽ ആശാൻ പുതിയ ഭഗവതി തെയ്യത്തിന്റെ പ്രത്യേകതകളൊക്കെ പഠിപ്പിച്ചു. ആശാൻതന്നെയാണ് കോലക്കാരനെങ്കിലും അരയ്ക്കു ചുറ്റും ആളിക്കത്തുന്ന പന്തങ്ങളോടുകൂടിയ പുതിയ ഭഗവതിതെയ്യത്തിന്റെ കലാശങ്ങൾ ശ്രദ്ധിച്ചില്ലെങ്കിൽ അപകടകരമാണ്. അതുകൊണ്ട് കൂട്ടുവരുന്ന സഹായികളുടെ ശ്രദ്ധയും മനസ്സാന്നിദ്ധ്യവും അത്യാവശ്യമാണ്. അവർക്ക് മുഴുവൻ കാര്യങ്ങളും കൃത്യതയോടെ അറിഞ്ഞിരിക്കേണമെന്നുള്ളത് ആശാന് നിർബന്ധമായിരുന്നു.

മേടം രണ്ടിന് നാരായണപുരത്തേക്ക് പുറപ്പെടുന്നതിനുമുന്നേയാണ് കാണിച്ചാമൽ നാരായണനേയും കുറ്റ്യോട്ട് രാമനേയും പരിചയപ്പെടുന്നത്.

"രണ്ടാളും നിന്റെ പ്രായക്കാരാണ്. നാരായണൻ ഏട്ടന്റെ മോനാ. രാമൻ മരുമോനും."

കുഞ്ഞൂട്ടി രണ്ടാളോടുമായി ചിരിച്ചു.

"ഒരുപാട് കേട്ടിറ്റുണ്ട്. കതിവനൂർവീരൻ കെട്ടി വള മെടിച്ചേരം മൊതലേ കാണണംന്നുണ്ടേർന്നു." നാരായണൻ പറഞ്ഞു.

"ഇനിയങ്ങോട്ട് എല്ലാ തെയ്യത്തിനും നമ്മള് രണ്ടാളുണ്ടാവും." രാമൻ കൈപിടിച്ചുകൊണ്ട് പറഞ്ഞു.

അണിയലും ആഭരണങ്ങളും വച്ച പേളിയയും[3] ചുമലിലേറ്റി നാരാ

യണപുരത്ത് പുതിയ ഭഗവതി ക്ഷേത്രത്തിലെത്തി. കാവും പരിസരങ്ങളും കുരുത്തോലകളും കുലവാഴയും കൊണ്ടലങ്കരിച്ചിരിക്കുന്നു. നടത്തിപ്പുകാരും നാട്ടുകാരിൽ ചിലരും ഞങ്ങളെ വിധിയാംവണ്ണം സ്വീകരിച്ച് ഓലകൊണ്ട് താൽക്കാലികമായി കെട്ടിയുണ്ടാക്കിയ അണിയറയിലേക്ക് കൊണ്ടുപോയി.

പേളിയ അണിയറയുടെ ഒരു മൂലയിൽ വെച്ച് തിരിയുമ്പോൾ പെട്ടെന്നൊരു ശബ്ദം. "എന്റമ്മേ..."

വലിയൊരു ശബ്ദത്തോടെ ആശാൻ മലർന്നടിച്ചുവീണു. ശബ്ദം കേട്ടതോടെ ആളുകൾ ഓടിക്കൂടി.

"ആരോ തട്ടിയിട്ടതുപോലെ..."

നാരായണനും രാമനും കൂടി പിടിക്കുമ്പോൾ ആശാൻ വേദന കടിച്ചമർത്തിക്കൊണ്ട് പറഞ്ഞു. എഴുന്നേൽക്കാൻ വയ്യാതെ ആശാൻ നിലത്തുതന്നെ ഇരുന്നു.

പരിഭ്രാന്തിയോടെ എല്ലാവരും പരസ്പരം നോക്കി.

"എന്തോ നിമിത്തക്കേടാണല്ലോ അമ്മേ."

ആശാനെന്തെങ്കിലും പറ്റിയോ എന്നതിലുപരി കളിയാട്ടം മുടങ്ങിപ്പോകുമോ എന്ന ആശങ്കയിലായിരുന്നു ഊരാളന്മാർ.

"കൊറെ കൊല്ലം മൊടങ്ങിപ്പോയതു തൊടങ്ങുമ്പം തന്നെ..."

കൂടികൊണ്ടവരുടെ സംശയങ്ങൾ പലവഴിക്കു സഞ്ചരിക്കവേ വേദന കടിച്ചമർത്തിക്കൊണ്ട് ആശാൻ ആളുകളെ ആശ്വസിപ്പിക്കുവാൻ ശ്രമിച്ചുകൊണ്ടിരുന്നു.

"ഒന്നൂല്ലപ്പാ...ഒന്നുളുക്കീറ്റേയുള്ളൂ. അതിപ്പം ശെരിയാകും."

"ഭഗവതീന്റെ കോപം അങ്ങനെയിങ്ങനെയൊന്നും തീരൂല മക്കളെ." പ്രായംചെന്ന കുറുപ്പ് പറഞ്ഞു. "ഇതൊരു നിമിത്തക്കേടുതന്ന്യാ."

ഭഗവതിയുടെ തിരുമുടിയേറ്റാൻ വന്ന പെരുവണ്ണാൻ വീണത് ദുർനിമിത്തമായി കണ്ട് തർക്കങ്ങളും വഴക്കുകളും കാവിൻമുറ്റത്ത് വീണ്ടും അരങ്ങേറി. കൂടികൊണ്ടവർ നിമിത്തങ്ങളേയും ശകുനങ്ങളേയും വ്യാഖ്യാനിക്കുന്ന തിരക്കിനിടയിൽ ആശാൻ കുഞ്ഞൂട്ടിയുടെ ചെവിയിൽ മന്ത്രിച്ചു.

"ഇത് നിനക്കുള്ള നിമിത്തമാണ് കുഞ്ഞൂട്ടി. തിരുമുടി നീ തലയിലേൽക്കണം."

---

[1] *പുതിയ ഭഗവതി തിറ*

[2] *തെയ്യം കെട്ടാനുള്ള അധികാരം ഏൽക്കുക*

[3] *തെയ്യത്തിന്റെ ആഭരണങ്ങളും കോപ്പുകളും വെക്കുന്ന ചൂരൽ കൊട്ട*

ഇരുപത്തിനാല്

തിരുനടയിൽ വരച്ചുവച്ച രാശിക്കളത്തിൽ കവിടികൾ നിരത്തി പെരുങ്കണിശൻ ഉറച്ച ശബ്ദത്തിൽ പ്രവചിച്ചു.

"ഇതിനേക്കാൾ നല്ലൊരു രാശി തെളിയാനില്ല. കുഞ്ഞൂട്ടി പെരുവണ്ണാൻ തിരുമുടിയേറ്റുന്നതിൽ ഭഗവതിക്ക് പരിപൂർണ്ണസംതൃപ്തി."

സകല സംശയങ്ങളും എതിർപ്പുകളും പെരുങ്കണിശന്റെ പ്രവചനത്തിൽ തൃപ്തികൊണ്ടു.

എല്ലാ കണ്ണുകളും കുഞ്ഞൂട്ടിയിലേക്ക് തിരിഞ്ഞു.

അച്ഛന്റെ കൂടെ പല 'പുതിയോത്ര' കളും കണ്ടിട്ടും സഹായിച്ചിട്ടുമുണ്ട്. തോറ്റം കുറച്ചൊക്കെ അറിയാം. എന്നാൽ തെയ്യം നിവൃത്തിക്കുന്നതിനായിട്ടുമാത്രം ഒന്നും പ്രത്യേകമായി അഭ്യസിച്ചിട്ടില്ല. പെട്ടെന്ന് ഇത്രയും പ്രധാനപ്പെട്ടൊരു തെയ്യം ഏൽക്കുന്നതിലെ അങ്കലാപ്പ് ഉണ്ടെങ്കിലും അദൃശ്യമായൊരു ശക്തി ഉള്ളിൽ ധൈര്യം പകർന്നു കൂടെ ഉണ്ടെന്നൊരു തോന്നലിൽ ആശാന്റെ മുന്നിൽ അനുസരണയോടെ ഇരുന്നു.

നാരായണനേയും രാമനേയും ചൂണ്ടിക്കൊണ്ട് ആശാൻ പറഞ്ഞു.

"തോറ്റത്തിന് ഇവരുണ്ടാകും. വരവിളിയും സ്തുതിയും കുഞ്ഞൂട്ടി ചൊല്ലിയാ മതി. ബാക്കി ഇവർ നോക്കിക്കോളും. വാക്ചാലും മുമ്പുസ്ഥാനോം ഞാൻ പറഞ്ഞുതരാം."

തുടങ്ങൽതോറ്റത്തിനുശേഷവും അടുത്തദിവസം രാവിലെയുമായി ആശാൻ മുമ്പുസ്ഥാനവും വാക്ചാലും പഠിപ്പിച്ചു.

രണ്ടാംദിവസത്തെ ഉച്ചതോറ്റവും അന്തിതോറ്റവും കഴിഞ്ഞ് ചമയങ്ങൾ ഒരുക്കുന്നവരെ സഹായിക്കുന്നതിനിടയിൽ ആശാൻ വിളിച്ചു.

"കലാശം കുഞ്ഞൂട്ടിയെ കൊണ്ടാവുന്നതുപോലെ മതി. കലശത്തറയ്ക്കും മേലേരിക്കും വലത്തുവരുന്നതു മാത്രം ശ്രദ്ധിക്കുക. ബാക്കിയൊക്കെ താളത്തിനൊപ്പിച്ച് യുക്തിപോലെ."

പുലർച്ചെ വീരൻദൈവത്തിന്റെ പുറപ്പോടോടുകൂടി മുഖത്തെഴുതാനിരുന്നു.

എല്ലാം ചടുലമായി ചെയ്യുവാനുള്ളൊരു അസാധാരണപാടവം കൈവന്നതുപോലെ.

വീരകാളി ഭഗവതിയുടെ മുടി താഴ്ത്തുമ്പോഴേക്കും ഒടയും[1] പന്തവും കെട്ടിക്കഴിഞ്ഞിരുന്നു. മനസ്സിലെ ധൈര്യം വർദ്ധിച്ചുകൊണ്ടിരുന്നു. നാരായണനും രാമനും ക്രിയകളുടെയും കാവിലെ പ്രത്യേക സ്ഥാനങ്ങളുടെ പ്രാധാന്യവും ഇടയ്ക്കിടെ വിശദീകരിക്കുന്നത് കൃത്യതയോടെ ശ്രദ്ധിച്ചു.

തിരുനടയിൽ കിഴക്കോട്ട് തിരിഞ്ഞിരുന്ന് നിണം ചാർത്തി മുടിയേറ്റി. തിരുമുടിക്ക് മുകളിൽ തിരുകിയ കോത്തിരിക്കും അരയിലെ പന്തങ്ങൾക്കും തീ കൊളുത്തിയപ്പോൾ ഉറഞ്ഞുതുള്ളിക്കൊണ്ട് കോമരം പിന്നിലെത്തി.

വ്രതം നോറ്റുനിന്ന കഴകക്കാരും ഊരാളന്മാരും മുഴക്കിയ ഓംകാരം ഉച്ചസ്ഥായിയിലെത്തിയ വാദ്യഘോഷത്തിൽ ലയിച്ച നേരം ദർപ്പണം നോക്കി മുകുരദർശനം നടത്തി വലതു നോക്കി ഇടതു നോക്കി വലതു തിരിഞ്ഞെഴുന്നേറ്റു.

തിരുനടയുടെ മുന്നിൽ കോമരത്തിനഭിമുഖമായി നർത്തനമായി തിരിയുമ്പോൾ ആളിക്കത്തുന്ന പന്തങ്ങളുടെ ചൂട് അല്പംപോലും അറിഞ്ഞില്ല.

പ്രശ്നപരിഹാരങ്ങൾക്കും സങ്കടദുരിതങ്ങൾ തീർക്കാനും ഭഗവതിയുടെ മുന്നിൽ സമർപ്പണവുമായി വന്നവരുടെ തിക്കും തിരക്കും കഴിഞ്ഞ് തിരുമുടി താഴ്ത്തുമ്പോൾ ഉച്ച കഴിഞ്ഞിരുന്നു.

"എന്റെ മാനം നീ കാത്തു കുഞ്ഞൂട്ടീ."

കത്തിതീർന്ന ഒട അഴിക്കുമ്പോൾ ആശാൻ അടുത്തുവന്ന് പതിഞ്ഞ സ്വരത്തിൽ പറഞ്ഞു.

ദാഹജലം പോലും കുടിക്കാതെ പുലർച്ചെമുതൽ കത്തുന്ന പന്തത്തിന്റെ ചൂടുപോലും വകവെക്കാതെ ദേവനടനമാടിയതിനുശേഷം കൂടിക്കൊണ്ട പുരുഷാരങ്ങൾക്ക് മുഴുവൻ ദർശനവും അനുഗ്രഹങ്ങളും നൽകിയപ്പോൾ ഉണ്ടായ ക്ഷീണം മുഴുവൻ ആശാന്റെ സംതൃപ്തിയിലമർന്നു.

"ഇനി വെള്ളിക്കീറ് [2] ഊരാളന്മാരെ ഏല്പിക്കണം."

ചമയങ്ങളഴിച്ച് മുഖത്തെഴുത്ത് മായ്ക്കുന്നേരം ആശാൻ പറഞ്ഞു.

തലപ്പാളിയോടൊപ്പം വെച്ച വെള്ളിക്കീറെടുത്ത് ആശാൻ കയ്യിലേൽപ്പിച്ച് അണിയറയ്ക്കു പുറത്തുനിൽക്കുമ്പോൾ ഊരാളന്മാർ അണിയറയിലേക്ക് വന്നു.

"സന്തോഷായി പെരുണ്ണാനേ. ശിഷ്യൻ ഗംഭീരാക്കി."

ആശാൻ അഭിമാനപൂർവ്വം ചിരിച്ചു.

പിന്നീട് വെള്ളിക്കീറ് കയ്യിലെടുത്തു.

"അതിപ്പം എട്ക്കണ്ട. പെരുണ്ണാന് സമ്മതാങ്കില് കുഞ്ഞൂട്ടി പെരുണ്ണാന്റെ കയ്യീത്തന്നെയിരിക്കട്ടെ. എന്നെങ്കിലും മൂപ്പർക്ക് ആവൂലാന്ന് തോന്നുമ്പം തിരിച്ചുതന്നോട്ടെ."

"അടിയന് ഈനോളം വേറെന്ത് സന്തോശം. എനിയുള്ള കാലം കുഞ്ഞൂട്ടി തന്ന്യാവട്ടെ പുതിയോതിയമ്മയുടെ കോലക്കാരൻ."

ഇത്രയും പറഞ്ഞ് ആശാൻ കുഞ്ഞൂട്ടിയെ നോക്കി.

"ഈ വെള്ളിക്കീറ് ഒരധികാര ചിന്നാ. ഇത് കയ്യിലുള്ളേടത്തോളം അടയാളം വാങ്ങാതെ തന്നെ പുതിയോത്ര നിവർത്തിക്കണംന്നാ. എനി നിനക്കെന്നെങ്കിലും നിർത്തണംന്ന് തോന്നുമ്പം ഇത് തിരിച്ചുകൊടുക്കണം."

സന്തോഷത്തോടെയും അഭിമാനത്തോടെയും കുഞ്ഞൂട്ടി കേട്ടുനിന്നു.

"എനിയങ്ങോട്ട് പ്രശ്നോന്നുല്ലാണ്ട് ഭഗവതിയമ്മേന്റെ കളിയാട്ടം ഒര് മൊടക്കൂല്ലാണ്ട് കയിഞ്ഞാ മതി."

ഊരാളൻ ആശാനോട് പറഞ്ഞു.

"എല്ലാം ഭഗവതിയമ്മ നോക്കിക്കോളും."

ആശാൻ നടയിലേക്കു നോക്കി തൊഴുതുകൊണ്ട് പറഞ്ഞു.

കലശത്തറയിൽ കത്തുന്ന ദീപം കാറ്റിലിളകി.

അന്ന് മുതൽ നാരായണപുരത്ത് പുതിയ ഭഗവതി ക്ഷേത്രത്തിലെ തിരുമുടിയേൽക്കുന്ന പ്രധാന കോലധാരിയായി കുഞ്ഞൂട്ടി പെരുവണ്ണാൻ. മുടക്കം കൂടാതെ തുടർച്ചയായി അഞ്ചുകൊല്ലം തിരുമുടിയേറ്റി. അഞ്ചാമത്തെ കൊല്ലം തിരുമുടി താഴ്ത്തുമ്പോൾ വൈകുന്നേരമായി. ദർശനത്തിനും സങ്കടപരിഹാരത്തിനും എത്തിയവരുടെ തിരക്കൊഴിയുവാൻ നന്നേ വൈകി.

ഒടയഴിച്ച് കത്തിയമർന്ന മേലേരിക്കു സമർപ്പിക്കുന്നേരം കൂടെയുള്ളവരുടെ മുഖഭാവം ശ്രദ്ധിച്ചു.

എല്ലാവരിലും പതിവില്ലാത്തവിധം എന്തോ ഒരു മ്ലാനത. സാധാരണ മുടി താഴ്ത്തുമ്പോൾ മുതൽ കളിയാട്ടം ഭംഗിയാക്കിയതിന്റെയും തന്റെ പ്രകടനത്തെപ്പറ്റിയുമൊക്കെ പറയുവാൻ ഉത്സാഹം കാട്ടുന്ന നാരായണനും രാമനും എന്തോ ഒളിക്കാൻ ശ്രമിക്കുന്നതുപോലെ. ചിലപ്പോൾ ഉറക്കക്ഷീണം കൊണ്ട് തനിക്കു തോന്നുന്നതാണെന്ന് ചിന്തിച്ച് അവരോട് ഒന്നും ചോദിക്കാതെ ചമയങ്ങളഴിച്ചു.

മുഖത്തെഴുത്ത് മായ്ച്ച് അണിയറയിലെ പുൽപ്പായയിലിരിക്കുമ്പോൾ ആശാൻ അടുത്തുവന്ന് തളർന്ന സ്വരത്തിൽ പറഞ്ഞു.

"നമുക്ക് വേഗം പുറപ്പെടണം. വീട്ട്ന്നൊരു വിവരം വന്നിറ്റ്ണ്ട്."

ആശാൻ ഒന്നു നിർത്തി. കുഞ്ഞൂട്ടിയുടെ ഉത്കണ്ഠ വർദ്ധിച്ചു. പുൽപ്പായയിൽനിന്ന് എഴുന്നേറ്റു.

"ആശാൻ വിക്കിവിക്കി പറഞ്ഞു.

"ഒതേനപെരുവണ്ണാൻ പോയി."

ആശാൻ വിങ്ങിപ്പൊട്ടിക്കൊണ്ട് കുഞ്ഞൂട്ടിയുടെ നെഞ്ചിൽ ചാഞ്ഞു.

---

[1] അരമുതൽ കീഴ്പ്പോട്ടുള്ള കുരുത്തോലകൊണ്ടുള്ള ഉടയാട

[2] വെള്ളികൊണ്ടുണ്ടാക്കിയ ദംഷ്ട്രകൾ

ഇരുപത്തിയഞ്ച്

അച്ഛൻ പോയതോടെ ഒരനാഥത്വം പടികയറിവന്നു. തികച്ചും ഒറ്റയ്ക്കായതുപോലെ. ഭയപ്പാടുണ്ടാക്കുന്ന ശൂന്യതയിലിരുന്ന് കുഞ്ഞൂട്ടി അച്ഛനെ കുറിച്ചോർത്തു.

എന്തിനും ഏതിനും അച്ഛൻ വലിയൊരു തുണയായിരുന്നു. കൂടെ നിന്ന് പഠിപ്പിക്കാനും സ്നേഹിക്കാനും ശാസിക്കാനും ഒക്കെ. അച്ഛൻ കൂടെയുള്ളപ്പോൾ എല്ലാം ഉണ്ട് എന്നൊരു തോന്നലായിരുന്നു. എത്ര അകലെയുള്ള കളിയാട്ട പറമ്പിലായാലും ആശാന്റെ കൂടെ ഏതു നാട്ടിലായാലും അച്ഛൻ വീട്ടിലുണ്ടെന്നത് ആശ്വാസത്തിനുമപ്പുറം വിവരിക്കുവാനാവാത്ത ധൈര്യായിരുന്നു.

അച്ഛന്റെ വേർപാടുമായി പൊരുത്തപ്പെടുവാൻ മനസ്സു പാകപ്പെട്ടു വന്നതേയില്ല. നടന്നു തളർന്നുവരുമ്പോൾ അല്ലെങ്കിൽ അമിതഭാരം തലയിലേറ്റി തളർന്ന ദേഹത്തിന് ഒന്നു ചാരിനിൽക്കാനുള്ള തൂണു നഷ്ടപ്പെട്ടതുപോലെയായി. വീട്ടിലെ ഏകാന്തതയിൽ വിറങ്ങലിച്ചിരുന്നൊരു ദിവസം ആശാനും വല്യച്ഛനും അടുത്തുവന്ന് ഒരുമിച്ചൊരു കാര്യം ആവശ്യപ്പെട്ടു.

"കുഞ്ഞൂട്ടി എനി അധികം വൈകാണ്ടൊരുത്തിയെ കൊണ്ടരണം."

അച്ഛൻ മരിച്ചിട്ട് മാസങ്ങളധികമായില്ല. ഇതിനിടയിൽ ഒരു കല്യാണം കഴിക്കുവാനുള്ള മാനസികാവസ്ഥയിലല്ല താനുള്ളത്. സാധാരണ ആശാൻ പറയുന്നതൊന്നുംതന്നെ എതിർത്തു പറയാറില്ല. പക്ഷെ, ഇത് ഇപ്പോൾ ആലോചിക്കുവാനേ സാധ്യമല്ല.

"പൊടമുറിയൊന്നും ഇപ്പോ വേണ്ട. മാത്രോല്ല അച്ഛൻ പോയിട്ട് മാസങ്ങളല്ലേ ആയിനുള്ളൂ."

"മാസോം കൊല്ലോന്നും നോക്കണ്ട. അച്ഛൻ തന്നെ നിനക്ക് ഒരുത്തീന കണ്ട് വെച്ച്റ്റാ പോയത്." അമ്മയും അവരോടൊപ്പം ചേർന്നു.

"ഈടത്തെ പണിയൊരുങ്ങാണ്ടക്ക്മ്പോ ഞാനാ പറഞ്ഞേ, വലങ്കൈക്കൊരു ഇടങ്കൈ തൊണ വേണംന്ന്. മൂപ്പരന്ന്യാ അക്കരേലെ ചിണ്ടാട്ടന്റെ പെങ്കുട്ടീന പോയി കണ്ടിറ്റ് വന്നത്."

അച്ഛൻ മരിക്കുന്നതിനുമുന്നെ തന്നെ എനിക്കുവേണ്ടി ഒരാളെ കണ്ടെത്തിയിരിക്കുന്നു. ഇന്നേവരെ കല്യാണത്തെക്കുറിച്ച് അത്ര ഗൗരവമായി ചിന്തിച്ചിട്ടേയില്ല. ആദ്യമൊക്കെ അപ്പകോമരത്തിന്റെ മകൾ വത്സലയോട് മനസ്സിൽ ഒരു അടുപ്പം തോന്നിയിരുന്നു. തെയ്യങ്ങളുടെ ലോകത്തെത്തിയപ്പോൾ മുതൽ അവളെയൊന്നും ഓർത്തതേയില്ല. പിന്നെ അടുത്തു പെരുമാറിയിട്ടുള്ളത് ആശാന്റെ മകൾ ജാനുവിനോടാണ്. എന്നാൽ എന്നേക്കാൾ ഒരുപാട് ഇളയതായതിനാൽ അവളോട് തോന്നുന്ന ഇഷ്ടം വാത്സല്യത്തിനുമപ്പുറത്തേക്ക് പോകാതിരിക്കാൻ എപ്പോഴും ശ്രദ്ധിച്ചിരുന്നു.

അച്ഛൻ വാക്കു കൊടുത്തുപോയതിനാലും മൂത്തവരെ എതിർത്തു പറഞ്ഞ് ശീലമില്ലാത്തതിനാലും അക്കരയിലെ ചിണ്ടപെരുവണ്ണാന്റെ മകൾ സുമിത്രയ്ക്ക് ചിങ്ങത്തിൽ പുടവ കൊടുത്തു.

പൊരുത്തക്കേടിന്റെയും സ്വരചേർച്ചയില്ലായ്മയുടെയും കൈ പിടിച്ചാണവൾ വീടിന്റെ പടി കയറിവന്നത്.

ആദ്യദിവസം തന്നെ കളിയാട്ടമുറ്റങ്ങളിലും മകരക്കൊയ്ത്തു കഴിഞ്ഞ പാടങ്ങളിലും അന്തിയുറങ്ങിയും ഉറങ്ങാതേയും മേലേരിയിലമരുന്ന ജീവിതവുമായി കഴിയുന്ന തെയ്യക്കാരോടുള്ള അനിഷ്ടം അവൾ വ്യക്തമാക്കി.

"ആര് പുടവ തന്നാലും ഈ തെയ്യക്കാര് വരല്ലേന്ന് എത്ര നോമ്പ് നോറ്റ് പ്രാർത്ഥിച്ചിട്ടുണ്ടെന്നറിയോ. എന്നിട്ടും എനിക്ക് വന്നത്..."

അവൾ ഒട്ടും കൂസാതെയാണ് കുഞ്ഞൂട്ടിയുടെ മുഖത്തുനോക്കി പറഞ്ഞത്.

"എന്താ തെയ്യക്കാർക്കൊരു കൊറവ് നീ കണ്ടത്?"

"കൊറവോ...അയിനെന്തെങ്കിലുണ്ടായ്റ്റല്ലേ കൊറയേണ്ടത്."

"എന്നാലും ഇത്ര ഇഷ്ടക്കേടുണ്ടാവാൻ എന്നാ കാരണം?"

കുഞ്ഞൂട്ടിക്ക് അവളുടെ ഇഷ്ടക്കേടിന്റെ പിന്നിലെ കാര്യം അറിയണമെന്ന വാശിയിൽ ചോദിച്ചുകൊണ്ടേയിരുന്നു.

"എനിക്ക് തെയ്യക്കാരെ പണ്ടേ കണ്ടൂടാ. കുപ്പോയം ഇടാണ്ട് ഒരു നാണോംല്ലാണ്ടല്ലേ നടപ്പ്. പിന്നെ സകലപെണ്ണുങ്ങൾക്കും കൈ പിടിച്ചിറ്റല്ലേ കുറി കൊടുക്ക്വാ."

കുഞ്ഞൂട്ടി പൊട്ടിച്ചിരിച്ചു.

പിന്നെ അല്പം ഗൗരവത്തിൽ പറഞ്ഞു. "അത് ദൈവല്ലേ കുറി കൊടുക്കുന്നത്. ദൈവത്തിനെന്ത് ആൺപെൺ ഭേദം. എല്ലാരും പൈതങ്ങളല്ലേ."

"പൈതങ്ങൾ...എന്നെക്കൊണ്ട് കൂടുതലൊന്നും പറയിക്കേണ്ട."

തർക്കം നിർത്താനുള്ള ഭാവം സുമിത്രയിലുണ്ടായില്ല.

ആദ്യദിവസംതന്നെ കൂടുതൽ തർക്കത്തിലേക്ക് വഴി മാറേണ്ടെന്ന്

കരുതി ഒരു തമാശ കേട്ടതുപോലെ ചിരിച്ചു. അവൾ പറയുന്നതിലും ചില കാര്യമുണ്ടെന്ന് സമ്മതിച്ചു.

എന്നാൽ തെയ്യക്കാരോടുള്ള സുമിത്രയുടെ സമീപനത്തിൽ ദിവസങ്ങൾ കഴിഞ്ഞിട്ടും മാറ്റമുണ്ടായില്ല.

തുലാപ്പത്തിന്റെ പുത്തരിവെള്ളാട്ടം കഴിഞ്ഞ് വീട്ടിലെത്തിയ കു ഞ്ഞൂട്ടിയുടെ അടുത്തേക്ക് വരാൻപോലും അവൾ കൂട്ടാക്കിയില്ല.

"എനിക്ക് ഈ മഞ്ഞപ്പൊടീം വിയർപ്പും കൂടി കലർന്ന മണം. ഓക്കാനം വരും."

കുറച്ചകലെനിന്നും സുമിത്ര പറഞ്ഞതുകേട്ടപ്പോൾ തോന്നിയ പ്രയാസം പുറത്തുകാട്ടിയില്ല.

അച്ഛന്റെ ഉപദേശമായിരുന്നു വെള്ളാട്ടത്തിനുമേൽ തേക്കുന്ന മഞ്ഞളും അരിപ്പൊടിയും ചേർന്ന അരിച്ചാന്ത് മായ്ച്ചുകളയുകയല്ലാതെ അന്നത്തെ ദിവസം കുളിക്കരുത്.

"ഔഷധം...നിങ്ങളൊന്നു പോയി കുളിച്ചിറ്റ് വാ മനുഷ്യാ."

എന്നോടുള്ള ഇത്തരം ചില പൊരുത്തക്കേടുകൾ സാരമില്ലെന്ന് കരുതാം. എന്നാൽ ചേച്ചിമാരോടും അമ്മയോടും തർക്കിച്ച് വഴക്കുകൂടുന്നത് സഹിക്കാൻ പറ്റുന്നതിനും അപ്പുറമായിരുന്നു.

അന്നുവരെ അമ്മയോടെതിർത്തു പറയാതിരുന്ന കുഞ്ഞൂട്ടിയുടെ മനസ്സിൽ സുമിത്രയുടെ ഇത്തരം പെരുമാറ്റങ്ങൾ ചില നേരങ്ങളിൽ വിഷം പുരണ്ട അമ്പുകൾ തറിക്കുന്ന വേദനയുണ്ടാക്കി.

"ഓൻ തെയ്യം കയിഞ്ഞ് വരുമ്പം നല്ല മൊഖത്തോടെയിരിക്കണം മോളേ." നിത്യേനയുള്ള വഴക്കുകൾ അമ്മയ്ക്കും കണ്ടു സഹിക്കാതായപ്പോൾ ഒരുദിവസം സുമിത്രയോട് പറഞ്ഞു.

"എന്നാ തെയ്യം കയിഞ്ഞ് വെരുമ്പം മൊഖം മാറ്റിവെക്കാം."

അമ്മയെ പരിഹസിച്ചുകൊണ്ടുള്ള അവളുടെ മറുപടി കേട്ടുകൊണ്ടാണ് കുഞ്ഞൂട്ടി പടി കയറിവന്നത്.

"ഇന്നും നേരത്തെ തൊടങ്ങ്യോ?"

പേളിയ അകത്തെ മുറിയിൽ വെക്കുമ്പോൾ ചോദിച്ചു.

"ഞാൻ തൊടങ്ങ്യാലും ഈടയല്ലേ. നിങ്ങളേതെങ്കിലും തെയ്യപ്പറമ്പിൽ തൊടങ്ങീറ്റായിരിക്കൂലെ വരുന്നത്?"

ചോര തിളച്ചുവന്നിരുന്നു അവളുടെ വാക്കുകൾ കേട്ടപ്പോൾ. ക്ഷീണവും സങ്കടവും ഒരുമിച്ചു മനസ്സിലേക്ക് കയറിവന്ന നേരം ഉയർന്നുവന്ന കോപം ശമിച്ചു.

"കൊറച്ചു വെള്ളം ചൂടാക്കൂ. ഒന്നു കുളിക്കണം."

"അതെന്താ ഔഷധക്കൂട്ട് മാഞ്ഞുപോകില്ലേ?"

പരിഹാസം കലർന്ന അവളുടെ ചോദ്യം ക്ഷമയോടെ കേട്ടുനിന്നു.

അമ്മ വേഗത്തിൽ കിണറ്റിനരികിൽ പോയി വെള്ളമെടുത്തു വന്നു,

ഇടങ്കൈക്ക് വലങ്കൈ തുണയാകുമെന്ന് കരുതിയ അമ്മയുടെ ജോലിഭാരം വർദ്ധിക്കുകയാണുണ്ടായത്. അച്ഛന്റെ മരണത്തോടെ തീർത്തും ഒറ്റപ്പെട്ട അമ്മയുടെ ജീവിതവും കൂടുതൽ ദുരിതത്തിലേക്ക് നീങ്ങുകയായിരുന്നു.

പൊരുത്തക്കേടുകളോ ഇഷ്ടക്കേടുകളോ അപരിഹാര്യമായി തുടരുമ്പോൾ തിരുമുടിയേറ്റിയ കുഞ്ഞൂട്ടിപെരുവണ്ണാന്റെ നാവിൻതുമ്പിൽ പ്രശ്നപരിഹാരത്തിനെത്തുന്ന കുടുംബങ്ങളുടെ നീണ്ട നിരകൾ വർദ്ധിച്ചുവന്നു.

മന്ദപ്പൻ

ഇരുപത്തിയാറ്

ഉദയത്തിന് രണ്ടുനാഴികക്കു മുന്നെ മന്ദപ്പൻ വേളാർകോട്ടെ കപ്പാലയ്ക്കു മുന്നിലെത്തി ചെമ്മരത്തിയെ നീട്ടിവിളിച്ചു. എരിതീയിൽ വെന്തെരിയുന്നതുകണക്കെ അകത്തിറയത്തു ഉലാത്തുന്ന ചെമ്മരത്തിക്ക് കപ്പാലയ്ക്കരികിൽ ചെല്ലാൻ തോന്നിയില്ല. ഒരു രാത്രി മുഴുവൻ ഏതോ അഭിസാരികയുടെ ഗന്ധവുമറിഞ്ഞുറങ്ങിയ മന്ദപ്പന്റെ ശബ്ദം വെറുപ്പിക്കുന്നൊരലർച്ചപോലെ ചെമ്മരത്തിയുടെ കാതുകളിൽ മുഴങ്ങിക്കൊണ്ടിരിക്കുന്ന ഓരോ നിമിഷങ്ങളിലും പെരുവിരൽമുതൽ കോപം ഇരച്ചുകയറിക്കൊണ്ടിരുന്നു. അടിതൊട്ട് രക്തം തിളച്ചുയരുന്ന ചെമ്മരത്തിയുടെ കോപാഗ്നിയിൽ വേളാർകോടു മുഴുവൻ തിയാളി പടരുന്നതുപോലെയായി. ഏതവളുടെ കരവലയത്തിനുള്ളിലാണ് മന്ദപ്പൻ ഇന്നലെ രാത്രി പൊറുത്തിട്ടുണ്ടാവുക എന്ന ചിന്തയുടെ തരംഗങ്ങൾ മാറ്റൊലി കൊള്ളിച്ചപ്പോൾ ഇരുചെവിയിലും പൊത്തിപ്പിടിച്ചുകൊണ്ട് കപ്പാലയ്ക്കരികിലെത്തി.

മുടി പോതികെട്ടാതെയുള്ള അവളുടെ വരവ് കണ്ടപ്പോൾ ഉറഞ്ഞുതുള്ളുന്ന ഭദ്രകാളിയുടെ രൂപം മന്ദപ്പന്റെയുള്ളിൽ തെളിഞ്ഞുവന്നു. കപ്പാല തുറക്കാതെ അവിടെനിന്നുകൊണ്ട് ഏതവളുടെ കൂടെ കിടന്നതെടോ, ഏതൊരു മേദത്തി ഇന്നലെ വെച്ചു വിളമ്പിതന്നു എന്ന് അട്ടഹസിച്ചുകൊണ്ട് ചോദിച്ചു. വിഷംപുരണ്ട അമ്പുകൾ പോലെയുള്ള അവളുടെ വാക്കുകൾ മന്ദപ്പന്റെ കാതുകളിലും ഹൃദയത്തിലും തറച്ചു മുറിവേൽപ്പിച്ചുവെങ്കിലും വിവേകം കൈവിടാതെ മന്ദപ്പൻ എനിക്കറിയുന്നത് വേളാർക്കാട്ടെ പടിഞ്ഞാറ്റയും ഞാൻ പൊറുക്കുന്നത് ചെമ്മരത്തിയോടൊപ്പവും മാത്രമാണെന്നും പറഞ്ഞു. ഇതൊക്കെ കേട്ടിട്ടും കയ്യാല തുറക്കാതെ തുറിച്ച കണ്ണുകളുമായി മന്ദപ്പന്റെ നേർക്കു നോക്കിയ ചെമ്മരത്തിയുടെ അരിശം കണ്ട് മന്ദപ്പന്റെ ശാന്തത അകന്ന നേരം വേളാർകോട്ടെ ചെമ്മരത്തിയല്ലാതെ ഇന്നേവരെയാരുമെനിക്ക് വെച്ചു വിളമ്പിയിട്ടില്ല എന്നും പറഞ്ഞ് അരിശത്തോടെ കപ്പാല ചവിട്ടിപ്പൊളിച്ച് അകത്തു കടന്നു.

ചെമ്മരത്തിയുടെ ഭാവമാറ്റത്തിൽ ദുഃഖവും കോപവും ഒരുമിച്ചുണ്ടായെങ്കിലും അവളോടൊട്ടും വെറുപ്പ് തോന്നിയില്ല. എന്റെ ദുരിതങ്ങൾക്കിനിയും പരിഹാരമായില്ലേയെന്റെ ചുഴലിഭഗവതീയെന്ന് മനസ്സിൽ പരിതപിച്ചുകൊണ്ട് മന്ദപ്പൻ പടിഞ്ഞാറ്റയ്ക്കകത്ത് ക്ഷീണം മാറ്റുവാനിരുന്നു. മുഴുപട്ടിണിയിൽ ഉറക്കമൊഴിച്ചതിന്റെ ക്ഷീണത്തോടെ വേളാർകോട്ടക്കെത്തുമ്പോൾ ചോറും പാലുമായി ചെമ്മരത്തി കാത്തിരിക്കുന്നുണ്ടാവുമെന്ന ചിന്തയായിരുന്നു മനസ്സു നിറയെ. ആ സങ്കല്പത്തിലായിരുന്നു ഏഴരപുലർച്ചെയുള്ള മടക്കയാത്രയുടെ ഗതിവേഗം വർദ്ധിപ്പിച്ചത്. എന്നാൽ വേളാർകോട്ടെത്തിയപ്പോൾ ഇരുകാതുകളിലും ചുട്ടുപൊള്ളുന്ന അപവാദ തീമഴ പെയ്യുകയായിരുന്നു.

കോപവും ദുഃഖവും കുറച്ചൊന്നടങ്ങിയപ്പോൾ വിശപ്പു സഹിക്കാനാവാതെ മന്ദപ്പൻ എഴുന്നേറ്റു. പക്ഷേ, കോലായിൽ ഇരിക്കുന്ന ചെമ്മരത്തിയുടെ ചുവന്നു വീർത്ത മുഖം കണ്ടപ്പോൾ ഒന്നും ചോദിക്കുവാൻ തോന്നിയില്ല.

മന്ദപ്പനെ കണ്ടയുടൻ ചെമ്മരത്തിയുടെ കോപം വീണ്ടും ആളിക്കത്തുവാൻ തുടങ്ങി. വിവേകം നഷ്ടപ്പെട്ട മനസ്സിലേക്ക് കടന്നുവന്ന ശാപവചനങ്ങൾ മുഴുവൻ മന്ദപ്പനെ നോക്കി പുലമ്പിക്കൊണ്ടിരുന്നു. കലഹവും ദുഃഖവും സംഘർഷങ്ങളും മന്ദപ്പന്റെ മനസ്സിനെ തളർത്തി. ഇന്നോളമുള്ള മുഴുജീവിതവും ചെമ്മരത്തിയുടെ മുന്നിൽ സന്തോഷപൂർവ്വം ത്യജിച്ച തന്നെയാണല്ലോ ഇത്തരത്തിലിവൾ ശപിക്കുന്നത്. നിസ്വാർത്ഥവും നിരുപാധികവുമായ എന്റെ സ്നേഹം എന്തേയിവൾക്ക് തിരിച്ചറിയാനാവാത്തത് എന്റെ ചുഴലിഭഗവതീ. അവളുടെ ഹൃദയത്തിൽ സൂക്ഷിച്ച സ്നേഹപാത്രത്തിൽ സ്നേഹത്തിനുപകരം നിറയെ വിഷമാണല്ലോ സ്വരൂക്കൂട്ടി വച്ചിരിക്കുന്നതെന്ന തിരിച്ചറിവ് മന്ദപ്പന്റെ മനസ്സിനെ മാത്രമല്ല ശരീരത്തെയും തളർത്തി.

ക്ഷണികമായുയരുന്ന കോപത്തിൽ ഇത്രമാത്രം ശാപവചനങ്ങൾ തന്റെ നാവിൻതുമ്പിലെങ്ങിനെ ഉയർന്നുവന്നുവെന്നറിയാതെ ചെമ്മരത്തിയുടെ മനസ്സ് അസ്വസ്ഥമായി. ഇന്നേവരെ എന്നെ കൂടാതെ വേളാർകോട്ടെ വീടിന്റെ പടി കടന്നുപോകാത്ത മന്ദപ്പനെ ഇത്രത്തോളം ശപിക്കേണ്ടിയിരുന്നുവോ, തന്നോടുള്ള സ്നേഹത്തിൽ മതിമറന്ന് സ്വകർമ്മം ഉപേക്ഷിച്ച മന്ദപ്പനെ ഞാൻ തന്നെയാണല്ലോ നിർബന്ധിച്ച് എണ്ണ കച്ചവടം ചെയ്യാൻ അയച്ചത്. മന്ദപ്പൻ ചന്തയിലേക്ക് പോയപ്പോൾ അത്യധികം ആഹ്ലാദത്തോടെ തിരിച്ചുവരുമ്പോൾ കൊടുക്കാൻ വേണ്ടി ഉണ്ടാക്കിവച്ചതൊക്കെ ഏതോ അഭിസാരികയുടെ ചാളയിൽ കിടക്കുന്ന മന്ദപ്പനെ സങ്കല്പിച്ചപ്പോൾ വലിച്ചെറിഞ്ഞതിൽ ചെമ്മരത്തിക്ക് കുറ്റബോധം തോന്നി.

വേളാർകോട്ടുനിന്നല്ലാതെ ഒരുനേരവും തിന്നാത്ത മന്ദപ്പൻ പൈദാഹം പൊറുക്കുകയില്ല. ചായ്പ്പിലെ കലത്തിൽ അരിയുണ്ട്. വേഗം ചോറുണ്ടാക്കി കൊടുക്കാമെന്ന ചിന്തയിലെഴുന്നേറ്റു ചായ്പ്പിലേക്ക് നടന്നു. അരി സൂക്ഷിച്ച കലമുയർത്തുമ്പോൾ തലേരാത്രി ഉള്ളിൽ കത്തിയമർന്ന തീയുടെ അവശേഷിച്ച കനൽ വീണ്ടും എരിയാൻ തുടങ്ങി. രാത്രിയുടെ ഓരോ യാമത്തിലും കപ്പാലയ്ക്കരികിലെത്തുന്ന മന്ദപ്പന്റെ കാലൊച്ചയ്ക്ക് കാതോർക്കുമ്പോൾ ഏതോ അഭിസാരികയുടെ മടിയിൽ തല ചായ്ച്ചുല്ലസിക്കുന്ന മന്ദപ്പന്റെ രൂപമായിരുന്നു ഉയർന്നു വന്നത്. വീണ്ടും അതേ ചിന്തകൾ ചെമ്മരത്തിയുടെ ഉള്ളിൽ തെളിഞ്ഞുവന്നു. ഞാൻ ചുംബിക്കുന്ന മന്ദപ്പന്റെ ചുണ്ടുകളിലുമ്മ വെക്കുന്ന അസത്തുക്കളുടെ ആലസ്യരൂപം തെളിഞ്ഞുവന്ന വേളയിൽ വർദ്ധിച്ച കോപത്തോടെ ചെമ്മരത്തി കിതച്ചു.

സഹികെട്ട പെൺസിംഹത്തിന്റെ രൗദ്രതയോടെ മന്ദപ്പനേയും കൂടെ ശയിച്ചവളേയും കടിച്ചുകീറാനൊരുമ്പെട്ടു ചെമ്മരത്തി തല ഇളക്കി. ഇന്നലെ രാത്രി കോപവും ദുഃഖവും കൊണ്ട് എത്ര തവണ ഞാൻ ബോധം പോലും ഇല്ലാതെ കിടന്നു. അപശകുനങ്ങൾ മാത്രം മുന്നിൽ കണ്ട് എത്ര തവണ അഗാധമായ ചിന്താകയത്തിന്റെ ആഴങ്ങളിലേക്ക് വഴുതിവീണു. അഭിശപ്തമായ ഒച്ചയുണ്ടാക്കി നത്തുകൾ കരഞ്ഞപ്പോൾ എത്രതവണ മന്ദപ്പനുവേണ്ടി പ്രാർത്ഥിച്ചു. മുത്താർമുടി കുടകരുടെ ചതിയിൽ പെട്ടുപോകരുതേയെന്ന് ചുഴലിഭഗവതിയെ വിളിച്ച് എത്രയുച്ചത്തിൽ കരഞ്ഞുകേണു. അർദ്ധരാത്രിയിൽ പെയ്ത പെരുമഴയത്തിറങ്ങി കപ്പാലയ്ക്കരികിൽനിന്ന് നിലവിളിച്ചതാർക്കു വേണ്ടിയായിരുന്നു.

ദുഃഖവും നിരാശയും കോപവും തീർത്ത ഗർത്തങ്ങളിലേക്കാഴ്ന്നിറങ്ങവേ ഏതോ അഭിസാരികയുടെ ചാളയിൽ അവളോടൊത്ത് ശയിക്കുകയായിരുന്നല്ലോ മന്ദപ്പൻ എന്ന ചിന്ത നിയന്ത്രണമില്ലാത്ത മനസ്സിൽ ക്രോധത്തിന്റെ വേലിയേറ്റമുയർത്തിയപ്പോൾ കൈയിലുണ്ടായ അരിയും കലവും ചെമ്മരത്തി മുറ്റത്തേക്ക് വലിച്ചെറിഞ്ഞു.

ഇരുപത്തിയേഴ്

തികഞ്ഞൊരു യോദ്ധാവിന്റെ ക്ഷമയും ശാന്തതയുമുള്ള മന്ദപ്പന് പൈദാഹം മാത്രം സഹിക്കാനാവില്ല. മുന്നെ മാങ്ങാടുനിന്നും കുമരച്ചൻ പലതവണ വഴക്കിട്ടപ്പോഴും പരിഹസിച്ചപ്പോഴും മന്ദപ്പൻ പട്ടിണി കിടന്ന് പ്രതിഷേധിച്ചിരുന്നില്ല. ഒടുവിലൊരു യോദ്ധാവിനും പൊറുക്കാനാവാത്ത വിധം ചെറുതാപുറത്ത് തെങ്ങിൽ ചാരിവച്ച വില്ലും ശരങ്ങളും ചവിട്ടി പൊട്ടിച്ചെറിഞ്ഞപ്പോൾ അപമാനം സഹിക്കാൻ വയ്യാതായപ്പോഴാണ് ചോറും തളിക തട്ടിയെറിഞ്ഞെഴുന്നേറ്റുപോയത്.

ചെമ്മരത്തിയുടെ ദേഷ്യം കുറഞ്ഞെങ്കിലും ഇല്ലെങ്കിലും എനിക്ക് പൈദാഹം മാറാൻ ചോറും പാലും നിർബന്ധമായും കിട്ടണമെന്ന ചിന്തയിൽ മന്ദപ്പനെഴുന്നേറ്റു. അടുക്കളവാതിൽക്കൽ മുടി പോതിക്കെട്ടാതെ മുഖം കനപ്പിച്ചിരിക്കുന്ന ചെമ്മരത്തിയുടെ അടുത്തെത്തി അവളുടെ മുഖത്തേക്കു നോക്കി. ഒരുനാൾ കതിവനൂരമ്മായിയുടെ അടുത്തു പോയദിവസം മുഖം കനപ്പിച്ചു എന്തൊക്കെയോ ദുരർത്ഥം വച്ചു പറഞ്ഞുവെന്നല്ലാതെ ഇത്രയും കോപാകുലയായി ചെമ്മരത്തിയെ ഇതുവരെ കണ്ടിട്ടില്ല.

കാർമേഘങ്ങൾക്കിടയിലെ ചന്ദ്രനെപ്പോലെ മങ്ങിയ ചെമ്മരത്തിയുടെ മുഖം നോക്കാതെ പാല് തരിക ചോറു തരിക ചെമ്മരത്തീയെന്ന് പറഞ്ഞു. ചെമ്മരത്തി എഴുന്നേറ്റ് അമർത്തി ചവിട്ടിക്കൊണ്ട് അടുക്കളഭാഗത്തേക്ക് നീങ്ങി. അടുക്കളയിലെത്തിയപ്പോഴാണ് അരിയും കലവും വലിച്ചെറിഞ്ഞതോർത്തത്. ഇനി എങ്ങിനെ ചോറുണ്ടാക്കി കൊടുക്കും എന്ന് വ്യാകുലപ്പെട്ടതിന്റെ അടുത്ത നിമിഷത്തിൽ അജ്ഞാതയായൊരു അഭിസാരികയുടെ രൂപം അവ്യക്തമായി മനസ്സിലേക്ക് കടന്നുവന്നപ്പോൾ വീണ്ടും മനസ്സ് പ്രക്ഷുബ്ധമായി.

മന്ദപ്പൻ വീണ്ടും പാല് തരിക ചോറുതരിക ചെമ്മരത്തീയെന്ന് ആവർത്തിച്ചപ്പോൾ ക്രോധം അടങ്ങിയിട്ടില്ലാത്ത മനസ്സിൽനിന്നും അഭിശപ്തമായ വാക്കുകൾ പുറത്തേക്കു വന്നു. പാലിനുപകരം രുധിരം വെട്ടി കുടിച്ചോളുക. ചോറിനുപകരം തലച്ചോറെടുത്ത് ഉണ്ടും കൊള്ളുക. അവളുടെ മറുപടിയിൽ ഞെട്ടിത്തരിച്ചെങ്കിലും അതു പുറത്തുകാണിക്കാതെ വിശക്കുന്നേരം കളി പറയല്ല ചെമ്മരത്തീന്നും പറഞ്ഞു പല്ലു തേക്കു

വാൻ മുറ്റത്തേക്കിറങ്ങി.

ചെമ്മരത്തി പുറത്തിറങ്ങി ആലയിൽ ചെന്ന് ചാണകം വാരിക്കഴിഞ്ഞതിനുശേഷം അരിയും കലം വലിച്ചെറിഞ്ഞ ഭാഗത്തേക്ക് ചെന്ന് ചാണകകയ്യോടെ അരി കോരിയെടുത്തു. ദേഷ്യവും സങ്കടവും കൊണ്ട് കലുഷിതമായ ചെമ്മരത്തിയുടെ കണ്ണിൽ അരിയിലെ മണ്ണോ കല്ലോ ഒന്നും കണ്ടില്ല. അഴിച്ചിട്ട മുടി പോതികെട്ടാതെ അവൾ അടുപ്പിനരിനകിൽനിന്ന് ഉള്ളിലെ ദുഃഖത്തെ ദഹിപ്പിക്കാൻ ശ്രമിച്ചു.

മുഖം കഴുകിവന്ന മന്ദപ്പൻ കച്ചവടം ചെയ്തുകിട്ടിയ പണമെല്ലാം എണ്ണിത്തിട്ടപ്പെടുത്തി പേടകത്തിൽ വെച്ചു. വസ്ത്രം മാറിവന്ന് ചോറു കഴിക്കുവാനിരുന്നു. കല്ലും മണ്ണും നീക്കാതെ വേവിച്ച ചോറെടുത്ത് ചെമ്മരത്തി പാത്രത്തിൽ വിളമ്പി. കറിയില്ലാതെ വെറും ചോറു വിളമ്പുന്നല്ലോ നീ ചെമ്മരത്തീ അരി വച്ചാലൊരു കറി വേണ്ടേയെന്ന് ചോദിച്ചപ്പോൾ നിന്നെ തറിച്ച് മുറിച്ചാണോ കറി വെക്കേണ്ടതെന്നാണവളുടെ നാവിൽനിന്നു വന്ന ഉത്തരം. അവൾ പറയുന്നതു കേട്ട് ഞെട്ടിയെങ്കിലും അത് പുറത്ത് കാട്ടാതെ കളിയും കാര്യവും കലർന്ന് ആളിറച്ചി നരമാംസം ഞാൻ തിന്നാറുണ്ടോ ചെമ്മരത്തീയെന്ന് ചോദിച്ച് ആദ്യത്തെ ഉരുളയുരുട്ടി.

കല്ലും മണ്ണും നെല്ലും തലനാരും ആദ്യ ഉരുളയിൽ കിട്ടിയപ്പോൾ മന്ദപ്പൻ അത് മാറ്റിവെച്ചു. മനസ്സിൽ തോന്നിയ ദുർനിമിത്തം മറച്ചുവെച്ച് മന്ദപ്പൻ അടുത്ത ഉരുളയുരുട്ടുമ്പോൾ നടുവെ മുറിഞ്ഞു. വല്ലാത്തൊരു ദുർനിമിത്തമാണല്ലോ എന്റെ ചുഴലിഭഗവതീയെന്ന് മനസ്സിൽ പറഞ്ഞു. ചോറിൽ കല്ലും നെല്ലും മണ്ണും തലനാരും കണ്ടപ്പോൾ ചെമ്മരത്തിയുടെ ഉള്ളിലുയർന്ന സങ്കടം പുറത്തു കാണിക്കാതെ അവൾ മുഖം കനപ്പിച്ചു തന്നെ നിന്നു. ദുർനിമിത്തങ്ങൾ കാര്യമാക്കാതെ മൂന്നാമത്തെ ഉരുളയ്ക്ക് ചോറ് കയ്യിലെടുത്തപ്പോൾ മുത്താർമുടിയിലെ പടവിളി കേട്ടു.

പടവിളി കേൾക്കുമ്പോൾ ചോറുണ്ണുന്നത് യോദ്ധാക്കൾക്ക് യോഗ്യതയല്ലെന്ന് അറിയുന്ന മന്ദപ്പൻ അഭിമാനക്ഷതമേൽക്കാതിരിക്കാൻ വേഗത്തിൽ എഴുന്നേറ്റ് കൈ കഴുകി ഇള്ളമരത്തിൽ ചെന്നിരുന്നു. കപ്പാലയ്ക്കുമപ്പുറത്തെ വഴിയിലൂടെ പടയ്ക്കു പോകുന്നവരുടെ ശബ്ദങ്ങൾ കേട്ടു. കുറച്ചുനേരം കഴിഞ്ഞപ്പോൾ എമ്മൻകുടകൻ വെള്ളാളൻ കപ്പാലയ്ക്കരികിൽനിന്നും പടയ്ക്കു പോരുന്നില്ലേ മന്ദപ്പാ എന്നു വിളിച്ചു ചോദിച്ച നേരം ആയുധങ്ങൾ പടിഞ്ഞാറ്റയിൽനിന്നും എടുത്തുവരാമെന്ന് പറഞ്ഞ് അകത്തേക്കു പോയി.

ആയുധങ്ങളിൽ വണങ്ങി ഓരോന്നായിട്ടെടുത്തു. പടിഞ്ഞാറ്റയിൽനിന്നും ഇറങ്ങുന്ന നേരം ഉമ്മറപ്പടിയിൽ തട്ടി തലപൊട്ടി ചോര വന്നപ്പോൾ വീണ്ടും അകത്തെ മുറിയിൽ ചെന്ന് അല്പനേരമിരുന്ന് ശുകനം മാറ്റി പുറത്തേക്കിറങ്ങുമ്പോൾ ചെന്തലയോന്ത് കുറുകെയോടി മരണതുല്യമായ ദുശ്ശകുനമാണെന്ന് പറഞ്ഞറിഞ്ഞതിനാൽ വീണ്ടും ഇരുന്ന് വെള്ളം കുടിച്ച് ശകുനം മാറ്റി ഇറങ്ങാൻനേരം വിറകുകെട്ടും

മണ്ണായുധവും കണ്ടപ്പോൾ ദുർനിമിത്തമാണെന്ന് തിരിച്ചറിഞ്ഞെങ്കിലും കാര്യമായിട്ടെടുക്കാതെ ചെമ്മരത്തിയോട് ഞാൻ പടയ്ക്കു പോകുക യാണെന്ന് പറഞ്ഞു.

ഇതിനോടകം ദേഷ്യമെല്ലാം ഒഴിഞ്ഞുപോയെങ്കിലും ദുരഭിമാനത്തിന്റെ മലവെള്ളപാച്ചിലിൽ മുങ്ങിപ്പോയ ചെമ്മരത്തി ഭാവമാറ്റില്ലാതെ തന്നെ നിൽക്കുന്നതു കണ്ട മന്ദപ്പൻ അടുത്തുചെന്ന് ഉറച്ച ശബ്ദത്തിൽ ഞാൻ ഇന്നേവരെ നിന്റെ കൂടെയല്ലാതെ അന്തിയുറങ്ങിയിട്ടില്ല. ഞാൻ പറയു ന്നത് സത്യമാണെങ്കിൽ ഇന്നത്തെ പടയിൽ എനിക്കെന്ത് ആപത്തു വന്നാലും അത് ഇവിടെ ഞാൻ നട്ടുനനച്ച തേൻകദളി വാഴയിൽ നേർക്കാ ഴ്ചയായി കാണാമെന്നും പറഞ്ഞ് മന്ദപ്പൻ പടവിളി മുഴക്കിക്കൊണ്ട് മുത്താർമുടിയിലേക്ക് കുതിച്ചു.

പടക്കളത്തിലെത്തിയ മന്ദപ്പൻ അരക്കൽ വില്ലു തൊഴുതെടുത്ത് കുട കരുടെ പടയിലേക്ക് പാഞ്ഞടുത്തു. മലയാളനാട്ടിൽ നിന്നെത്തിയ കള രിയഭ്യാസിയായ ചേകോന്റെ പടപ്പുറപ്പാട് കണ്ട് കുടകപ്പട നടുങ്ങി. മുത്താർമുടിയിലാരും ഇന്നേവരെ കണ്ടിട്ടില്ലാത്ത കളരിമുറകളോരോ ന്നായി പുറത്തെടുത്തു പയറ്റിയ മന്ദപ്പൻ ഈറ്റപുലിയെപ്പോലെ ചീറിയ ടുത്തു. വായുവേഗത്തിലുള്ള മന്ദപ്പന്റെ അടവുകൾക്കു മുന്നിൽ മുത്താർമുടി കുടകപ്പട നാഴികനേരം കൊണ്ട് ചിന്നി ചിതറിയോടി. പട ജയിച്ച് പടനിലത്തിരുന്ന് വിശ്രമിക്കുമ്പോൾ മന്ദപ്പന് വിരലിന് അസഹ്യ മായ വേദനയനുഭവപ്പെട്ടു. നോക്കുന്നേരം തന്റെ ചെറുവിരലും പീഠമോ തിരവുമില്ലെന്നു ഞെട്ടലോടെ തിരിച്ചറിഞ്ഞു.

വേദനയും അപമാനവും തോന്നിയ മന്ദപ്പൻ ഞാനിനി വേളാർകോ ട്ടേക്കില്ലെന്ന് ചങ്ങാതിമാരോട് പറഞ്ഞു. എന്റെ ചെമ്മരത്തി എന്നെ കൂഴ നെന്ന് [1] വിളിച്ച് കളിയാക്കുന്നത് എനിക്ക് സഹിക്കാനാവില്ല. എന്റെ ഈ ആയുധങ്ങൾ വേളാർകോട്ടേക്ക് എത്തിക്കണമെന്ന് പറഞ്ഞ് മന്ദപ്പൻ ആയുധങ്ങൾ ചങ്ങാതിമാരുടെ കൈവശം കൊടുത്തയച്ച് നിരായുധനായി പടക്കളത്തിലിരുന്നു.

മന്ദപ്പൻ നിരായുധനായി തനിയെ പടക്കളത്തിലിരിക്കുന്ന വിവരമ റിഞ്ഞ മുത്താർമുടി കുടകൻ പടയുമായോടിയെത്തി മന്ദപ്പനെ ചതിവിൽ വീഴത്തി. ചതിയിലെയ്ത ശരവർഷത്തിൽ മന്ദപ്പന്റെ ശരീരം ആറുമു റിഞ്ഞ് അറുപത്തിനാല് ഖണ്ഡം പോയി നൂറു മുറിഞ്ഞ് നൂറ്റെട്ട് തുണ്ടം പോയി.

മന്ദപ്പൻ പടക്കളത്തിലേക്ക് പോയപ്പോൾ മുതൽ വേവലാതി പൂണ്ട് ദുർനിമിത്തംപോലെ ഉയർന്നുവന്ന കോപത്തെ ശപിച്ചുകൊണ്ട് കപ്പാല യ്ക്കരികിൽ തന്നെ നിൽക്കുകയായിരുന്നു ചെമ്മരത്തി. ഇത്ര പെട്ടെന്ന് പടക്കളത്തിലേക്ക് മന്ദപ്പന് പോകേണ്ടിവരുമെന്നറിഞ്ഞിരുന്നില്ല. പൈദാഹം തീർക്കാൻ ചോറും പാലും കൊടുക്കുവാനായില്ല. ഒരശനി പാതം പോലെ പടർന്നുകയറിയ കോപത്താൽ വലിച്ചെറിഞ്ഞ അരിയി

ലുണ്ടായ കല്ലും നെല്ലും പെറുക്കി വൃത്തിയാക്കാതെ കൊടുത്ത ചോറിന്റെ ഒന്നാമത്തെ ഉരുളയിൽ തലനാര് കിട്ടിയതും രണ്ടാമത്തെ ചോറുരുള നെടുകെ പിളർന്നതും ദുർനിമിത്തമാകരുതേയെന്റെ ചുഴലി ഭഗവതീയെന്ന് പ്രാർത്ഥിച്ചുനിൽക്കുന്നേരം മന്ദപ്പൻ നട്ടുനനച്ച തേൻകദളി വാഴയ്ക്കരികിലെത്തിയപ്പോൾ കണ്ട കാഴ്ചയിലവൾ നടുങ്ങി. മന്ദപ്പന്റെ ചെറുവിരലും പീഠമോതിരവും കദളിവാഴയിൽ!

പടയ്ക്കു പുറപ്പെടുമ്പോൾ മന്ദപ്പൻ പറഞ്ഞ വാക്കുകളവളോർത്തു. പടയിലെന്താപത്തു സംഭവിച്ചാലും ഞാൻ പറഞ്ഞത് സത്യമാണെങ്കിൽ അതിന്റെ പ്രതിഫലനം തേൻ കദളിവാഴയിലുണ്ടാവും. മന്ദപ്പന്റെ സത്യസന്ധതയും ഒപ്പം ദുരന്തവും തിരിച്ചറിഞ്ഞ ചെമ്മരത്തി പാറിപ്പറന്ന് പടനിലത്തിലെത്തി. പിന്നാലെ കതിവനൂരിൽനിന്നും നേരമ്മാവനും അണ്ണൂക്കനുമെത്തി. ചിന്നിച്ചിതറിയ മന്ദപ്പന്റെ ശരീരം കണ്ട് ചെമ്മരത്തി മോഹാലസ്യപ്പെട്ടു. അണ്ണൂക്കൻ പാഞ്ഞുചെന്ന് ചെമ്മരത്തിയുടെ മുഖത്ത് വെള്ളം തളിച്ചെഴുന്നേല്പിച്ചു. വാവിട്ടു നിലവിളിച്ചുകൊണ്ട് അണ്ണൂക്കനും ധാരപ്പനും മുണ്ടമേലും കൈതമേലും ചിതറിക്കിടന്ന മാംസഖണ്ഡങ്ങളെല്ലാം ഒപ്പിച്ചുവെച്ചു.

മന്ദപ്പന്റെ ചിതറിവീണ മാംസഖണ്ഡങ്ങൾ ദഹിപ്പിക്കുവാൻ ഇത്തിരി വിറകിനായി നേരമ്മാമൻ പടനിലമാകെ ഓടിനടന്നു. ധീരയോദ്ധാവും പൊന്നോമനയുമായ മന്ദപ്പന്റെ ദേഹം ദഹിപ്പിക്കുവാൻ ഇത്തിരി വിറകിനെന്തു ചെയ്യേണ്ടൂ എന്റെ ഭഗവതീയെന്ന് ധാരപ്പൻ നൊന്തു പ്രാർത്ഥിച്ചു. പ്രകൃതിമാതാവിന്റെ വാത്സല്യപുത്രനായ മന്ദപ്പന്റെ മുറിഞ്ഞ ദേഹഖണ്ഡങ്ങൾ ആകാശത്തെ പരുന്തിനും കഴുകനും കാട്ടിലെ നരിക്കും ചെന്നായക്കും ഭക്ഷണമാകാനിട വരുത്തരുതേ എന്റെ മാതാവേയെന്നും പറഞ്ഞ് ധാരപ്പൻ പൊട്ടിക്കരഞ്ഞു.

മന്ദപ്പന്റെ ദയനീയദുരന്തത്തിന്റെ ദുഃഖത്തിൽ പങ്കുചേർന്ന പ്രകൃതി കാറ്റും മഴയുമായി രൂപാന്തരം പ്രാപിച്ചു. മന്ദപ്പന്റെ ദേഹം ദഹിപ്പിക്കുവാൻ വിറകിനായി ധാരപ്പൻ കേണു കരയുന്നതറിഞ്ഞ ചുഴലിഭഗവതിയുടെ തിരുവുള്ളത്താൽ കാറ്റടിച്ച് വലിയൊരു മരക്കൊമ്പ് പൊട്ടിവീണു. അണ്ണൂക്കനും കൂടെയെത്തിയ ചങ്ങാതിമാരും മരക്കൊമ്പ് വിറകുകളാക്കി ചിതയൊരുക്കി. നേരമ്മാമനും അണ്ണൂക്കനും ഒപ്പിച്ചുവച്ച മാംസഖണ്ഡങ്ങൾ ചിതയിലെടുത്തുവെച്ച് തീ കൊടുത്തു.

ബോധം തിരിച്ചുകിട്ടിയപ്പോൾ മുതൽ ഒരക്ഷരം ഉരിയാടാതെ ശിലപോലെയുറച്ചുനിന്ന ചെമ്മരത്തി ചിതയാളി കത്തുന്നേരം ആകാശത്തേക്ക് കൈചൂണ്ടി എല്ലാവരും കേൾക്കെ ഉച്ചത്തിൽ പറഞ്ഞു, പെരുമഴയ്ക്കുശേഷം അറച്ച ഉച്ചയിലെന്തൊരു വെള്ളിനക്ഷത്രം നിറന്നു കാണുന്നെന്ന്. അതുകേട്ട് എല്ലാവരും ആകാശത്തേക്കു ശ്രദ്ധിച്ചുനോക്കവേ ചെമ്മരത്തി മന്ദപ്പന്റെ ചിതയിലേക്കെടുത്തു ചാടി.

---

[1] *വികലാംഗൻ*

കുഞ്ഞൂട്ടി പെരുവണ്ണാൻ

ഇരുപത്തിയെട്ട്

പൊരുത്തക്കേടുകളോടൊപ്പം കാലം കടന്നുനീങ്ങവെ സുമിത്ര രണ്ടുകുട്ടികൾക്ക് ജന്മം കൊടുത്തു. കുട്ടികളോടൊത്ത് ചില നല്ല സമയങ്ങൾ തരുമ്പോഴും തെയ്യക്കാലമായാൽ അവളുയർത്തുന്ന അനാവശ്യ സംശയങ്ങൾ മനസ്സിനുള്ളിൽ മദയാനകളുടെ സംഘട്ടനങ്ങൾ സൃഷ്ടിച്ചുകൊണ്ടിരുന്നു. അവൾ മുന്നോട്ടുവെക്കുന്ന മായക്കഥകൾക്കു മുന്നിൽ ഒരു ദീർഘനിശ്വാസം മറുപടിയായി നൽകി ആശാന്റെ വീട്ടിലേക്ക് നടക്കും.

ആശാന്റെ വീട്ടിലും വിഷമാവസ്ഥയാണ്. വൈകിയെത്തിയ കല്യാണം മകൾ ജാനുവിന്റെ ശിരസ്സിന് താങ്ങാനാവാത്ത ഭാരം കൊടുത്തുകൊണ്ട് ചെറിയകാലം കൊണ്ട് അവസാനിച്ചു. അകാലത്തിൽ വിധവയായ മകളെയോർത്ത് ആശാന്റെ മനസ്സും ആരോഗ്യവും ഒരുപോലെ ക്ഷയിച്ചുവന്നപ്പോൾ തെയ്യക്കാലങ്ങളിൽ താൻ എത്തിച്ചുകൊടുക്കുന്ന സഹായങ്ങളായിരുന്നു ഏക ആശ്വാസം. ആശാനോടുള്ള നന്ദിയും കടപ്പാടും തീർക്കുന്ന അത്തരം യാത്രകളേയും സുമിത്ര സംശയത്തോടെ മാത്രം കണ്ടു.

"ഓളെ കുറ്റം പറയാൻ കഴിയൂല കുഞ്ഞൂട്ടീ."

ആശാൻ ക്ഷീണിച്ച സ്വരത്തിൽ പറഞ്ഞു.

"ഞാൻ പറയുന്നതൊന്നും ആശാന് മനസ്സിലായിറ്റ്ല്ലെ."

"കുഞ്ഞൂട്ടീ ഓള് കണ്ട തെയ്യക്കാരനാരാ ഓളെ അച്ഛൻ ചിണ്ടാട്ടൻ. മുപ്പരാരാ ആള്...ചെല്ലുന്നിടത്തൊക്കെ മൂപ്പർക്ക് സംബന്ധോം ചിറ്റോം ആയ്ര്ന്നല്ലോ. ഓളുടമ്മ ഒരു സാധു ആയതോണ്ട് പൊറത്തങ്ങനെ അറിഞ്ഞിറ്റില്ല. പിന്നേടിയാ ഓൾക്ക് തെയ്യക്കാരനെ സംശില്ലാണ്ട്ര്ക്കാ."

ആശാൻ പറയുന്നത് ശരിയാണ്. സുമിത്രയുടെ അച്ഛന്റെ സ്ത്രീവിഷയവുമായുള്ള അപവാദം പരസ്യമായ രഹസ്യമാണ്. പ്രായം ചെന്നപ്പോഴും മൂപ്പരുണ്ടാക്കിയ പ്രശ്നങ്ങൾ പലതും അണിയറയിലെ സംസാരവിഷയങ്ങളാണ്.

"ഓളുടെ അച്ഛനങ്ങിനെയാന്ന് വെച്ചിട്ട് എല്ലാരും അങ്ങനെയാ വോ?"

"ഓൾക്ക് അച്ഛന്റെ ശീലം കണ്ടല്ലെ ശീലം. അതൊക്കെ ശരിയാവും കുഞ്ഞൂട്ടീ."

"എന്നാലും ഓളെന്തിനാ ആശാനെ മോനെയിങ്ങനെ എന്റടുത്ത് അടുപ്പിക്കാണ്ട് മാറ്റുന്നത്?"

"നീ കുട്ടിയെ തെയ്യക്കാരനാക്കിയാലോന്ന് പേടിച്ചിറ്റാവും."

"ആശാനറീലേ ഓന് ആദ്യൊക്കെ എന്റൊപ്പം വെരാനെന്തിഷ്ടാ യിരുന്നു. അണിയലൊക്കെ മിനക്കുമ്പം കൂടെ ഇരിക്ക്വായിരുന്നു."

"നീ വെശ്മിക്കണ്ട കുഞ്ഞൂട്ടീ. ഓന് തെയ്യക്കാരനാകാൻ വിധീ ണ്ടെങ്കില് ഓൻ വെരും. ആര് മൊടക്യാലും.'

"ഓനെന്നെ നോക്കീട്ട് അച്ഛാന്ന് വിളിച്ചിട്ടിപ്പം എത്രയായീന്നറിയോ ആശാനേ?"

കുഞ്ഞൂട്ടി ആശാനരികിൽ ഇരുന്ന് വിതുമ്പി. ആശാൻ കുഞ്ഞൂട്ടി യുടെ മുതുകിൽ തലോടി.

"ഒക്കെ ശരിയാവും. നിന്റെ ദൈവം കൂടെയുണ്ടാവും."

ആശാന്റെ ആശ്വാസവാക്കുകളിൽ സ്വാസ്ഥ്യം കണ്ടെത്തി സുമി ത്രയോട് തോന്നുന്ന ദേഷ്യത്തിനയവ് വരുമ്പോൾ വീട്ടിലേക്ക് പോ കുന്ന പതിവ് അധികകാലം നീണ്ടുനിന്നില്ല.

നിന്ദ്യവും നിഷിദ്ധവുമായ ജീവിതസംഘട്ടനങ്ങളെ ആശ്വസിപ്പി ക്കുന്ന ആശാൻ ഒരുനാൾ കളിയാട്ട തിരുമുറ്റത്ത് തളർന്നുവീണതോടെ അവസാനിച്ചു. പതിനാലുദിവസം നിശ്ചലമായ കിടപ്പ് അഗാധമായൊരു അനാഥത്വം കുഞ്ഞൂട്ടിയിൽ സൃഷ്ടിച്ചുകൊണ്ട് പര്യവസാനിച്ചു. ചേത നയറ്റുകിടക്കുന്ന ആശാന്റെ അന്ത്യകർമ്മത്തിന് തയ്യാറെടുക്കുമ്പോൾ കാരണവന്മാരിലൊരാൾ അടുത്തുവന്നു പറഞ്ഞു.

"കുഞ്ഞൂട്ടീം കർമ്മം ചെയ്യണം. മൂത്തമോനെപ്പോലെ കൊണ്ടുനട ന്നതല്ലെ."

ശരിയാണ്. ആശാന് ഞാനൊരു മൂത്തമകൻ തന്നെയായിരുന്നു. ആശാന്റെ മക്കൾക്കും ബന്ധുക്കൾക്കും അതേ ചിന്ത തന്നെയായിരു ന്നു. ആശാനും താനുമായുള്ള ഗുരുശിഷ്യബന്ധം ആരിലും അസൂയ ജനിപ്പിക്കുന്നതായിരുന്നു. ആശാന്റെ ശിക്ഷണത്തിലും കൂടെയുമായി എത്രയെത്ര തെയ്യങ്ങൾ കെട്ടിയാടി. കാവുകളിൽനിന്നും കാവുകളി ലേക്ക് ആശാനോടൊത്തുള്ള എത്രയെത്ര യാത്രകൾ. ഏത് മേലേരി യിലും ചാടിക്കയറുവാൻ ആശാനുള്ളപ്പോൾ ധൈര്യം ഇരട്ടിയാകും. ദാഹജലമില്ലാതെ എത്ര വൈകുവോളം തിരുമുടി ശിരസ്സിലേറ്റി നിൽക്കുമ്പോഴൊക്കെ ആശാനൊരു കരുത്തായിരുന്നു. എത്രയോ പ്രധാന ദേവതകളെയും കാവുകളെയും ആശാൻ എനിക്കായി വിട്ടുത

ന്നു. എന്റെ ഉയർച്ചയിൽ അഭിമാനത്തോടെയും എന്റെ തളർച്ചയിൽ വ്യസനത്തോടെയും കൂടെനിന്നു. അച്ഛൻ പോയപ്പോൾ അനുഭവിച്ച ശൂന്യത കുഞ്ഞൂട്ടിയുടെ മനസ്സിലേക്ക് കടന്നുവന്നു.

ആശാൻ വിട പറഞ്ഞ രാത്രിയിലെ ആകാശത്തിൽ മിന്നിത്തിളങ്ങിയ നക്ഷത്രങ്ങളെ കാണാൻ ഇരുട്ടുമൂടിയ മനസ്സിലെ കണ്ണുകൾക്കാവാതെ കലങ്ങിച്ചുവന്നു. നിശ്ശബ്ദപാദങ്ങളോടെ സമീപിക്കുന്ന മരണം എന്നെയും ആശാന്റെ കൂടെ കൊണ്ടുപോയെങ്കിലെന്ന് ആശിച്ച ദിവസങ്ങളായിരുന്നു പിൻതുടർന്നത്. കടിച്ചമർത്താൻ ശ്രമിക്കുമ്പോൾ കൂടുതൽ ശക്തിയിൽ പുറത്തേക്ക് വന്ന തേങ്ങലുകൾ കണ്ട് പരിഹസിച്ച സുമിത്രയോടുള്ള അമർഷം ശ്വാസംമുട്ടിക്കാൻ തുടങ്ങി. എന്നാൽ ചില നേരങ്ങളിൽ അവൾ കാണിക്കുന്ന അടുപ്പവും സ്നേഹവും സകല ദേഷ്യങ്ങളും അലിയിച്ചില്ലാതാക്കുകയും ചെയ്യുന്നു. പക്ഷേ, അടുത്ത ദിവസം പത്തിരട്ടി മനസ്സിനെ എരിയിക്കുകയും ചെയ്യും.

സുമിത്രയുടെ ദേഷ്യങ്ങളും പരിഹാസങ്ങളും വകവെക്കാതെ ആശാന്റെ വീട്ടിലേക്കുള്ള യാത്രകൾ ഭംഗമില്ലാതെ തുടർന്നപ്പോൾ കൂടെയുള്ളവരിലും സംശയങ്ങളുടലെടുത്തത് ഗൗനിച്ചതേയില്ല. പലരും പുതിയ കഥകളുണ്ടാക്കി സുമിത്രയുടെ കാതുകളിലെത്തിച്ചത് എരിതീയിലൊഴിച്ച എണ്ണപോലെയായി. കൂടെ ചേർന്ന് സന്തോഷിക്കുവാൻ കിട്ടുന്ന അവസരങ്ങളിൽപോലും ഇല്ലാക്കഥകളുടെ ദുരന്തസ്പന്ദനത്താൽ അശുഭ പര്യവസാനം സംഭവിച്ചു.

മുഖം കനപ്പിച്ച് മുടിയഴിച്ച് തന്നെ വരവേൽക്കുന്ന സുമിത്രയുടെ ഭാവമാറ്റങ്ങൾ ആശാന്റെ മുഖം മനസ്സിലുദിക്കുമ്പോൾ വൃദ്ധിക്ഷയം സംഭവിക്കും. ആശാന്റെ കരുണയിൽ സമർപ്പിച്ച ജീവിതത്തിന് ഓർമ്മകൾ പോലും ആശ്വാസദായകമായിരുന്നു. നാലു സ്വരൂപങ്ങളിലും എല്ലാറ്റിനും പോന്നൊരു തെയ്യക്കാരനായി മാറ്റിയെടുത്തത് ആശാനൊരാൾ മാത്രമാണ്. ആശാൻ പോയെങ്കിലും ആത്മാവ് വലംവെക്കുന്ന ആ വീട്ടിൽ ഒരു കുറവും വരുത്താതെ നോക്കേണ്ടത് ഒരു കടമയാണെന്ന തിരിച്ചറിവിൽ, ഹോമിക്കപ്പെടുന്ന തന്റെ ജീവിതം കുഞ്ഞൂട്ടി ലഘുവായി കണ്ടു.

അക്കൊല്ലം പട്ടുവം പള്ളിയറയിലെ കതിവനൂർവീരൻ കെട്ടിയാടാൻ പ്രശ്നവിധിയാൽ കുഞ്ഞൂട്ടിപെരുവണ്ണാനെ നിശ്ചയിച്ച വിവരം കിട്ടുമ്പോൾ കൂലോത്തെ കളിയാട്ടത്തിന് അടയാളം വാങ്ങിയിരുന്നു. രണ്ട് കളിയാട്ടങ്ങളും അടുത്തടുത്ത ദിവസങ്ങളിലായിരുന്നു. രണ്ടും തുല്യ പ്രാധാന്യമുള്ളതും.

പ്രശ്നപരിഹാരങ്ങൾക്കും ജീവിതയാതനകൾക്കും ആശ്വാസം തേടി ഭഗവതിയുടെ സമക്ഷമെത്തുന്ന പുരുഷാരം കൂലോത്തെ കാ

വിന്റെ സവിശേഷതയാണ്. കൈവരവും കൂടുതൽ കിട്ടുന്ന സ്ഥലമാണ്. കൂലോത്തെ കളിയാട്ടം കഴിഞ്ഞുകിട്ടുന്ന പണത്തിൽ പകുതി ആശാന്റെ മുന്നിൽ സമർപ്പിക്കുന്നതാണ് പതിവ്. ആശാന് വലിയൊരാശ്വാസമായിരുന്നു അത്.

പട്ടുവത്തെ കതിവനൂർവീരൻ സ്ഥാനവും പ്രധാന സങ്കേതങ്ങളിലൊന്നാണ്. ദൈവത്തിന്റെ സാന്നിദ്ധ്യം പലർക്കും നേരിട്ടനുഭവപ്പെട്ടിട്ടുള്ള പള്ളിയറയാണ്. അവിടെ ദൈവത്തെ കെട്ടിയാടാൻ കിട്ടണമെങ്കിൽ ദൈവംതന്നെ നിശ്ചയിക്കണമെന്നാണ് പഴമക്കാർ പറയാറുള്ളത്. കൂടാതെ താൻ ആദ്യമായി കതിവനൂർവീരൻ കെട്ടിയ കാവും ആചാരപ്പെടുത്തിയ സ്ഥാനവും. പരിഭവം പറയുന്നതും വീർപ്പിച്ച മുഖവുമായി യാത്രയാക്കുന്നതും പതിവാക്കിയ സുമിത്ര കൂലോത്തെ കളിയാട്ടത്തിനു പുറപ്പെടാൻ നേരം പതിവിനു വിപരീതമായി ചായ കൊണ്ടുതരുവാനും സാധനങ്ങളടുക്കി കെട്ടിവെക്കാനും സഹായിക്കുന്നത് തെല്ലൊരു അമ്പരപ്പോടെയാണ് നോക്കിക്കണ്ടത്.

"മുടിയഴിക്കുന്നതുവരെ ഒന്നും കുടിക്കാണ്ടൊന്നും നിക്കേണ്ട."

പേളിയ എടുത്തു തരുമ്പോൾ പറഞ്ഞത് കൂലോത്ത് കളിയാട്ടമുറ്റത്തെത്തുന്നതുവരേയും കാതുകളിൽ നൈർമല്യത്തോടെ സ്പന്ദിച്ചു. കളിയാട്ടാരംഭത്തിന്റെ തിരക്കുകളാരംഭിച്ചതോടെ കോലക്കാരന്റെ കർമ്മനിരതയിലേക്കുയർന്നപ്പോൾ പെരുവണ്ണാന്റെ ശ്രദ്ധ അണിയറയിലും കളിയാട്ടമുറ്റത്തെ ക്രിയകളിലും ലയിച്ചു.

തിരുമുടി ശിരസ്സിലേറ്റിയാൽ കുഞ്ഞൂട്ടി പെരുവണ്ണാന്റെ വ്യക്തിജീവിതം വിസ്മൃതിയിലാവും. വീട്ടിലെന്തൊക്കെ പ്രശ്നങ്ങളും വഴക്കുകളുമുണ്ടായാലും തിരുമുടിയേറ്റി മുകുരദർശനം നടത്തുമ്പോഴുണ്ടാകുന്ന വേഷപ്പകർച്ചയിൽ ദേവസാന്നിദ്ധ്യത്തിന്റെ ഭാവമാറ്റം അത്ഭുതാവഹമാണ്. വായ്ത്താരിയിലാകട്ടെ ഒരിടത്തും തിരുമുടി ശിരസ്സിലേറ്റിയ കനലാടിയുടെ വാക്കുകൾ കേൾക്കില്ല. പകരം ദൈവത്തിന്റെ അരുളപ്പാടുകൾ മാത്രം.

ഭഗവതി നൽകുന്ന പ്രസാദത്തിനും അരുളപ്പാടുകൾക്കുമായി കൂലോത്ത് കാവിനുചുറ്റും പുരുഷാരങ്ങൾ തിങ്ങിനിറഞ്ഞു. ഭഗവതി നൽകുന്ന വചനങ്ങളിൽ പരിപൂർണ്ണതൃപ്തരായി അവർ കാവിനുചുറ്റും വലംവെച്ചു. പ്രതീക്ഷിച്ചതിലും വൈകിയാണ് തിരുമുടി താഴ്ത്തിയത്. പതിവുമുടക്കാതെ കുഞ്ഞൂട്ടി നേരെ ആശാന്റെ വീട്ടിലേക്ക് പുറപ്പെട്ടു.

നാരായണനും രാമനും ഇപ്പോഴത്തെ സാഹചര്യത്തിൽ ഈ യാത്ര ഒഴിവാക്കാമെന്ന് ഉപദേശിച്ചുവെങ്കിലും അതിനു ചെവി കൊടുക്കാതെ ആശാന്റെ വീട്ടിലെത്തിയപ്പോൾ അവിടെ വലിയ ബഹളവും ആൾക്കൂട്ട

വും.

അയൽപക്കത്തെ ഒരു സ്ത്രീ ഓടിയെത്തി പറഞ്ഞു, "ജാനൂന്റെ മോനൊരു ബോധക്കേട്. വൈന്നേരം കുട്ടി ബോധുല്ലാണ്ട് വീണിറ്റ് ആസ്പത്രി കൊണ്ടോയ്റ്റ്ണ്ട്."

"ഏതാസ്പത്രീലാണന്നറിയോ?"

"മിഷനാസ്പത്രീലാന്നാ തോന്നുന്ന്."

വേഗത്തിൽ ആശുപത്രിയിലെത്തി അത്യാഹിതവിഭാഗത്തിനടു ത്തേക്ക് ചെന്നപ്പോൾ ജാനുവും അമ്മയും നിലവിളിച്ചുകൊണ്ട് അടു ത്തെത്തി.

ഇരുപത്തിയൊമ്പത്

"ഇന്ന് കഴിഞ്ഞോ എന്തെങ്കിലും പറയാനാവൂ. രാത്രിയില് മറ്റ് ബുദ്ധിമുട്ടുകളൊന്നുമുണ്ടായില്ലെങ്കിൽ പേടിക്കേണ്ട."

ഡോക്ടറുടെ വാക്കുകളിൽ ചെറിയൊരാശ്വാസം തോന്നി. മുറിയിൽനിന്നും പുറത്തിറങ്ങുമ്പോൾ കരഞ്ഞുകലങ്ങിയ കണ്ണുകളോടെ ജാനുവും അമ്മയും അടുത്തെത്തി.

"പേടിക്കാനൊന്നുല്ലാന്നാ പറഞ്ഞത്."

അവരെ ആശ്വസിപ്പിച്ചുകൊണ്ട് അടുത്തുള്ള കസേരയിൽ ഇരുത്തി. അന്നത്തെ രാത്രിയിൽ വീട്ടിലേക്ക് പോകേണ്ടെന്ന് തീരുമാനിച്ചു. ഈ ഒരവസ്ഥയിൽ അവരെമാത്രം അവിടെയാക്കുന്നത് നല്ലതല്ലെന്ന് തോന്നി. കളിയാട്ടം കഴിഞ്ഞയുടനെയായതുകൊണ്ട് നല്ല ക്ഷീണമുണ്ട്. നാളെ വൈകുന്നേരം പട്ടുവത്ത് കതിവനൂർവീരൻ തുടങ്ങലാണ്. രാത്രി വീട്ടിലെത്തിയില്ലെങ്കിൽ സുമിത്രയുടെ അഷ്ടകലാശം കാണേണ്ടിവരുമെന്നാലും ഇവരെ ഇന്നത്തെ ദിവസം തനിച്ചാക്കി പോകേണ്ടെന്ന തീരുമാനത്തിൽ ഉറച്ചുനിന്നു.

സുമിത്രയുടെ സ്വഭാവത്തെ കുറിച്ചറിയുന്ന ജാനു അടുത്തുവന്നു പറഞ്ഞു,

"ഏട്ടൻ പോയ്ക്കോളൂ. ഈട നമ്മളുണ്ടല്ലോ. ഇനി ഇതിന്റെ പേരിലൊരു അടീം വഴക്കും വേണ്ട."

"അതൊക്കെ ഞാൻ നോക്കിക്കോളാം. നീ പോയി ഒരു ഭാഗത്തിരിക്ക്."

അവളോടങ്ങിനെ പറഞ്ഞെങ്കിലും സുമിത്രയിലുണ്ടായേക്കാവുന്ന ദുഷ്ചിന്തയെക്കുറിച്ചും അതുകൊണ്ടുണ്ടാകാൻ പോകുന്ന പൊല്ലാപ്പുകളെക്കുറിച്ചും ചിന്തിക്കുമ്പോൾ ഒരു സ്വസ്ഥതയുമുണ്ടായില്ല. കുട്ടിയുടെ കാര്യത്തിൽ ഇന്നത്തെ രാത്രി മുഴുവൻ അപകടനിലയുണ്ടെന്ന് ഡോക്ടർ തന്ന മുന്നറിയിപ്പിനെ അവഗണിക്കാനുമാവില്ല. കാടുകയറി ചിന്തകളും ക്ഷീണവുമൊക്കെയായി രാത്രി ആശുപത്രി വരാന്തയിൽ കഴിച്ചുകൂട്ടി.

അടുത്തദിവസം രാവിലെ ആശ്വാസവാക്കുകളുമായി ഡോക്ടറെത്തുമ്പോൾ കസേരയിൽ ചാഞ്ഞിരുന്നുറങ്ങുകയായിരുന്നു.

"ദൈവാധീനം. പേടിക്കാനൊന്നുമില്ല."

ഡോക്ടറുടെ വാക്കുകൾ കേട്ടപ്പോൾ സകലക്ഷീണവും വിട്ടകന്നു. അതുവരെയുണ്ടായ ഉത്കണ്ഠയും ആശങ്കയും അകന്നു.

"എന്നാ ഞാനിനി അധികം നിൽക്കുന്നില്ല. വൈന്നേരം പട്ടുവത്ത് കതിവനൂർവീരൻ തൊടങ്ങലടിയന്തിരമാണ്."

കൈവരവ് സൂക്ഷിച്ച തുണിസഞ്ചിയിൽനിന്നും എണ്ണാതെ കൈയിൽ എടുക്കാവുന്നത്രയും രൂപയെടുത്ത് ജാനുവിന്റെ കൈയിൽ കൊടുത്തു. അവൾ നിറഞ്ഞ കണ്ണോടെ നന്ദിപൂർവ്വം കുഞ്ഞൂട്ടിയെ നോക്കി.

"തൽക്കാലം ഇത് വെക്കൂ. തെയ്യം കഴിഞ്ഞ് ഞാൻ വെരാം."

കൂടുതൽ സംസാരിക്കാൻ നിൽക്കാതെ ആശുപത്രിയിൽ നിന്നിറങ്ങി. വീട്ടുപടിക്കലെത്തുമ്പോൾ അഴിച്ചിട്ട മുടിയും വീർപ്പിച്ച മുഖവുമായി സുമിത്ര കോലായിൽ നിൽപ്പുണ്ടായിരുന്നു. ദഹിപ്പിക്കുമാറ് നോക്കിയ ശേഷം മുഖം പെട്ടെന്ന് തിരിച്ചു.

ശബ്ദം താഴ്ത്തി അറച്ചുകൊണ്ട് തുടങ്ങി, "അത് ഞാനിന്നലെ ആശാന്റെ..."

അവൾ ഉച്ചത്തിൽ തടസ്സപ്പെടുത്തി ഇടപെട്ടു.

"ആശാന്റെ വീട്ടിലെ ദക്ഷിണ സമർപ്പിക്കാൻ...പതിവായിരുന്നല്ലോ? ഇപ്പോൾ ഇങ്ങളെത്തന്നെ സമർപ്പിച്ചോ? ആർക്കാ സമർപ്പിച്ചത്? അമ്മയ്ക്കോ അതോ മോൾക്കോ?"

ഇത്രയും പറഞ്ഞ് കഴുത്തിലെ താലിമാല വലിച്ചുപൊട്ടിച്ച് കുഞ്ഞൂട്ടിയുടെ നേരെ വലിച്ചെറിഞ്ഞു.

വിഷം പുരണ്ട അസ്ത്രംപോലെ സുമിത്രയുടെ വാക്കുകൾ കാതുകളിലൂടെ തറച്ചു കയറാതിരിക്കാൻ കൈകൾകൊണ്ട് കൊട്ടിയടച്ചു. ഇരുചെവികൾക്കരികിലും തീഗോളമുയരുന്നതുപോലെ കുഞ്ഞൂട്ടി വെന്തു പുളഞ്ഞു. ആർത്തനാദത്തോടെ അപമാനത്തിന്റെ അഗാധ ഗർത്തത്തിലേക്ക് തള്ളിവിടപ്പെട്ട കുഞ്ഞൂട്ടിക്ക് സ്ഥലകാലബോധം നഷ്ടപ്പെട്ടുകൊണ്ടിരുന്നു.

കുറ്റപ്പെടുത്തലിൽനിന്നും പരിഹാസത്തി ൽനിന്നും മോചനം നേടാനുള്ള സഹജഭാവം അന്യമായ നിമിഷത്തിൽ കുഞ്ഞൂട്ടി പൊട്ടിത്തെറിച്ചുകൊണ്ട് സുമിത്രയുടെ നേർക്ക് ഒരു ഗർജ്ജിക്കുന്ന സിംഹമായടുത്തു. സർവ്വശക്തിയുമെടുത്ത് അവളുടെ മുഖത്ത് ആഞ്ഞൊരടി കൊടുത്തു. അപ്രതീക്ഷമായി കിട്ടിയ അടിയുടെ ശക്തിയിൽ സുമിത്ര നിലത്തു വീണു.

"കൊല്ലും നിന്നെ ഞാൻ. ഇല്ലാക്കഥ പറയുന്നേന് ഒരു പരിതീണ്ട്."

വീണ്ടും കൈയോങ്ങിയപ്പോൾ അമ്മ ഓടിവന്ന് തടുത്തു.

"എന്തായീട നടക്കുന്നെ. ആളെക്കൊണ്ട് പറീപ്പിക്കാതെ അടങ്ങ് മോനേ."

"അമ്മ കേട്ടിറ്റ്ലെ ഓള് പറയുന്നത്. ഞാനേടപ്പോയീന്നൊന്ന് ചോയിച്ചോ" കുഞ്ഞൂട്ടി നിന്നു കിതച്ചു.

"ഓള് ബേജാറായതോണ്ട് പറഞ്ഞ്യെല്ലെ. നീ അങ്ങനെ വെരാണ്ട്ക്കലില്ലല്ലോ. ഞാൻ തന്നെ ഇന്നലെ ഒരുപോള കണ്ണടച്ചിറ്റ്ല്ല."

"ഏടിയാ പോയിനീന്ന് കേൾക്കാൻ ഓള് നിന്നോ. ജാനൂന്റെ കുട്ടിക്ക് ബോധൂല്ലാണ്ട് ആസ്പത്രീലാ. ഓറെ ഒറ്റക്കാക്കീറ്റ് വെരാൻ പറ്റീറ്റ്ല. അതു പറയുമ്പോ ഓള്..."

"എന്നിട്ടിപ്പം കുട്ടിക്കെങ്ങനീണ്ട് മോനേ?"

"ഇന്ന് രാവിലെയാ ബോധം വന്നത്."

കുഞ്ഞൂട്ടി പറയുന്നത് കേട്ടുകൊണ്ട് സുമിത്ര നിലത്തുനിന്നും എഴുന്നേറ്റു. ഒന്നും മിണ്ടാതെ തൂണ് ചാരിയിരുന്നു. ഐകരൂപ്യം പ്രാപിച്ചിട്ടില്ലാത്ത മനസ്സിൽ എന്നും കലഹത്തിന് മാത്രമായിരുന്നു സ്ഥാനം. അതിനു കവചമായി സംശയവും സദാ മനസ്സിനെ നൊമ്പരപ്പെടുത്തിക്കൊണ്ടിരിക്കുന്നു. അപ്രതീക്ഷിതമായുണ്ടായ കുഞ്ഞൂട്ടിയുടെ പ്രതികരണം സുമിത്രയുടെ മനസ്സിൽ അജ്ഞാതമായൊരു ഭയപ്പാടുണ്ടാക്കി.

"മതിയായി എനിക്ക്. മതി ഇങ്ങനത്തെ ജീവിതം മടുത്തു എനിക്ക്. മറ്റുള്ളോരുടെ മുന്നിൽ നാണം കെട്ടുള്ള..."

കുഞ്ഞൂട്ടി വീണ്ടും സുമിത്രയുടെ നേർക്ക് തിരിഞ്ഞു. അവളല്പം പിന്നോട്ട് നീങ്ങി. കുഞ്ഞൂട്ടിക്ക് അരിശമടക്കാനായില്ല. എത്ര കാലങ്ങളായി താനിങ്ങനെ സഹിക്കുന്നു. ഇന്ന് നേരെയാകും നാളെ നേരെയാകും എന്നു കരുതി കാലങ്ങൾ നീങ്ങുന്നത് തിരിച്ചറിഞ്ഞാലും ഇല്ലെന്ന് നടിച്ചുള്ള ജീവിതം ഇനി വയ്യ. ശരീരംകൊണ്ടോ മനസ്സുകൊണ്ടോ അടുപ്പമില്ലാതെ എന്തിന് ഈ ജീവിതമിങ്ങനെ തുടരണമെന്ന ചിന്ത മനസ്സിനെ അലട്ടുവാൻ തുടങ്ങിയിട്ട് കാലമേറെയായി. വിഷലിപ്തവും മലീമസവുമായ വാക്കുകൾ കേട്ടുമടുത്തു. അവളുടെ വാക്കുകൾ ഓർക്കുന്തോറും അരിശം പെരുവിരലിൽ നിന്നുയർന്നു.

"നിന്നെ ഇന്നവസാനിപ്പിക്കും ഞാൻ."

കുഞ്ഞൂട്ടിയുടെ ശബ്ദം ഉച്ചത്തിലായി.

"നീ ഒന്നടങ്ങ് മോനേ." അമ്മ വീണ്ടും അടുത്തുവന്നു.

"എന്റെ അടക്കം കൂടിപ്പോയതാ പ്രശ്നം. ഒന്നൊടുങ്ങ്യാ മതിയെനിക്ക്."

ദേഷ്യമാണോ അടക്കിപ്പിടിച്ച തേങ്ങലാണോയെന്ന് തിരിച്ചറിയാ

Smitha

നാവാത്തവിധം കലങ്ങി ചുവന്ന കണ്ണുകളുമായി സുമിത്ര കുഞ്ഞൂട്ടിയെ നോക്കി. വിറക്കുന്ന ചുണ്ടുകൾ കടിച്ചുപിടിച്ച് കുഞ്ഞൂട്ടി നിന്നു കിതച്ചു.

വീട്ടിലേക്കു കടന്നുവന്ന ദിവസം മുതൽ അവളുമായുണ്ടായ ഭിന്ന സ്വരങ്ങൾ തടയണ കെട്ടിയടക്കി വച്ചിരുന്നതൊക്കെ വിവേകത്തെ തള്ളിമാറ്റി പുറത്തേക്കൊഴുകിയപ്പോൾ നിലക്കാത്ത കണ്ണുനീരുമായി സുമിത്ര അമ്മയുടെ അടുത്തേക്ക് നീങ്ങി.

“മതി മോനേ...നിന്നെ നീ മറക്കല്ലേ. പേരെടുത്തൊരു പെരുണ്ണാനാ നീ.” അമ്മ ശബ്ദമുയർത്തി പറഞ്ഞു.

“പെരുണ്ണാൻ...എല്ലാം ഇന്നത്തോടെ തീർക്കും ഞാൻ.”

“ഇക്കണ്ട കാലത്രയും നിന്റെ മുമ്പിലെത്തുന്നോർക്ക് സമാധാനം കൊടുത്ത നീ ഇങ്ങനെയായാലോ? കുട്ട്യോള് കാണുന്നില്ലെ, നീ അടങ്ങ് മോനേ.”

കൈമോശം വന്ന വിവേകം തിരിച്ചെത്തിയ സമയം കുഞ്ഞൂട്ടി കിണറ്റിനരികെ ചെന്ന് വെള്ളം കോരി തലയിലൂടെ ഒഴിച്ചു. ഈറനോടെ അകത്തെ മുറിയിലെത്തി വസ്ത്രം മാറി. പിന്നാലെ മുറിയിലേക്കു വന്ന സുമിത്രയെ തുറിച്ചുനോക്കി. തന്റെ ഭാവവ്യത്യാസം തിരിച്ചറിഞ്ഞ സുമിത്ര വേഗത്തിൽ ഇറയത്തേക്ക് ഇറങ്ങി. പടിഞ്ഞാറ്റയിൽ ചെന്ന് പൂക്കട്ടി മുടി കയ്യിലെടുത്തു. അണിയല വെച്ച പേളിയയുമായി പുറത്തേക്കിറങ്ങുവാൻ തുടങ്ങി. അമ്മ മുന്നിലെത്തി.

“ഏടിയാ മോനേ പോവുന്നേ?”

“പട്ടുവത്ത് ഇന്ന് തൊടങ്ങലാ.”

“വെളക്ക് കത്തിക്കാതെയാണോ മുടിയെടുത്ത് പോവുന്നേ.”

ഇറയത്തുനിൽക്കുന്ന സുമിത്രയെ ശ്രദ്ധിക്കാതെ നടവഴിയിലേക്ക് നോക്കി കുഞ്ഞൂട്ടി പറഞ്ഞു. “മതി, ഇന്നിങ്ങനെ പോയി നോക്കട്ട്.”

ഒലിച്ചിറങ്ങിയ കണ്ണുനീരൊപ്പിക്കൊണ്ട് അമ്മ കുഞ്ഞൂട്ടിയെ നോക്കി.

കുഞ്ഞൂട്ടി ഒരുനിമിഷം ഇറയത്ത് മിണ്ടാതെ നിന്നു.

പടിഞ്ഞാറ്റയിൽ പൂക്കട്ടിക്കുമുന്നിൽ വിളക്കു വച്ചില്ല. പലകയുടെ മുന്നിൽ കൊടിയില വച്ച് ചോറും കറിയും ദൈവത്തിനു സമർപ്പിച്ചില്ല. വാൽകിണ്ടിയിൽ വീതു വച്ചില്ല. ക്രിയകളോ കർമ്മങ്ങളോ നടത്തിയില്ല.

ആരോടും ഉരിയാടാതെ കുഞ്ഞൂട്ടി പടിയിറങ്ങി. നടവഴിയിലെത്തിയപ്പോൾ മുന്നിൽ അച്ഛനും വലിയച്ഛനും കൂടെ ആശാനും പിന്നിൽ മൺമറഞ്ഞ കാരണവന്മാരും. നടവഴിയിലൂടെ നടക്കുമ്പോൾ മരണത്തിന്റെ ഇടനാഴിയിലൂടെ നടക്കുന്നതായി കുഞ്ഞൂട്ടി തിരിച്ചറിഞ്ഞു.

ദൈവവും കനലാടിയും

മുപ്പത്

"എന്റെ കല്ലാടീ..."

ദൈവം കുഞ്ഞൂട്ടിയെ മാറോടണച്ചു. ദൈവം കാൽച്ചിലമ്പു കുലുക്കി. ദീപങ്ങളുടെ ഇളകിയാട്ടം നിലച്ചു.

"ദൈവംതന്നെ പറ. ഞാനെന്തിനു ജീവിക്കണം? ഇക്കണ്ട കാലമത്രയും സകല ദൈവങ്ങള്ടീം തിരുമുടി തലയിലേറ്റിയില്ലേ? എന്തെങ്കിലും പാകപ്പിഴ ഞാൻ വരുത്തീനോ? എന്നിട്ടും ദൈവേ..."

ദൈവം വടക്കേൻഭാഗത്തെ തറയ്ക്കുചുറ്റും നിർത്തനമാടി പ്രദക്ഷിണം ചെയ്തു. ദേവനടനത്തിന്റെ ചിലമ്പൊലി കാതുകളിൽ അമൃതം പകരുന്നത് കുഞ്ഞൂട്ടിയറിഞ്ഞു. പെട്ടെന്ന് മനസ്സിന്റെയുള്ളിൽ ശ്രുതി തെറ്റിയൊരു പാട്ടുകണക്കെ സുമിത്രയുടെ ഏങ്ങലടിയുടെ ശബ്ദം.

ദൈവം നൃത്തം അവസാനിപ്പിച്ചു കുഞ്ഞൂട്ടിയുടെ അടുത്തെത്തി.

"എന്റെ കല്ലാടീ...നീ കേൾക്കുന്നില്ലേ അവളുടെ രോദനം?"

കുഞ്ഞൂട്ടി അതിശയിച്ചു.

എന്റെയുള്ളിൽ ഞാനിപ്പോൾ കേട്ട സുമിത്രയുടെ ഏങ്ങലടിശബ്ദം ദൈവവും കേട്ടിരിക്കുന്നു. അപ്പോൾ പൈതങ്ങളുടെ സങ്കടങ്ങൾ ദൈവം കേൾക്കുന്നുണ്ടെന്ന് പറയുന്നത് വെറുതെയല്ല.

"കേൾക്കുന്നുണ്ട് ദൈവേ..."

കുഞ്ഞൂട്ടി നാലുവിരലുകൊണ്ട് വായ പകുതിയടച്ചുകൊണ്ട് പറഞ്ഞു.

ദൈവം ഉച്ചത്തിൽ ചിരിച്ചു. പിന്നീട് ചിരി നിർത്തിക്കൊണ്ട് ചോദിച്ചു, "നിനക്ക് പൊറുത്തൂടെ കല്ലാടീ..."

"ഓളോട് പൊറുക്കാനോ?" ശരീരം ആകെയിളക്കിക്കൊണ്ട് കുഞ്ഞൂട്ടി ദൈവത്തോട് ചോദിച്ചു.

"പൈതങ്ങളോട് പൊറുക്കണം എന്റെ കല്ലാടീ."

കുഞ്ഞൂട്ടിക്ക് ആദ്യമായി ദൈവത്തോട് വെറുപ്പു തോന്നി. കൈകൾ രണ്ടും ചേർത്തു പിടിച്ചമർത്തി.

"കല്ലാടിക്ക് ദൈവത്തോടും വെറുപ്പായോ?"

ദൈവം ചിരിച്ചുകൊണ്ട് ചോദിച്ചു.

കുഞ്ഞൂട്ടി ഉരിയാടാതെ തലകുനിച്ചു.

"കല്ലാടീ മനസ്സു ശാന്തമാക്കൂ. ദൈവമായും മാനുഷനായും ജീവിക്കുന്ന എന്റെ കല്ലാടിക്ക് അറിയാത്തതെന്താണുള്ളത്. രണ്ട്ലോകത്തിനും അതീതമായ സത്യം കാണാൻ എന്റെ കല്ലാടിക്കല്ലേ കഴിയൂ."

ഒന്നും ഉരിയാടാതെ കുഞ്ഞൂട്ടി തലയുയർത്തി ദൈവത്തെ നോക്കി. ദൈവത്തെ കണ്ടനേരം മുതൽ ദുഃഖവും കോപവും ശമിച്ചെങ്കിലും സുമിത്ര പറഞ്ഞ അപഖ്യാതി മനസ്സിലിപ്പോഴും തീയായി ആളിക്കത്തുന്നുണ്ട്. അവളുടെ അഹങ്കാരവും പരിഹാസവും പരിഭവങ്ങളും കുറ്റപ്പെടുത്തലുകളും ആഴത്തിൽ പതിഞ്ഞ മനസ്സ് ശാന്തമാക്കാൻ ഒരുങ്ങുന്നതേയില്ല.

"പൈതങ്ങൾക്ക് കല്ലാടിയോടുള്ള ഇഷ്ടക്കൂടുതൽകൊണ്ടാണിങ്ങനെയെന്ന് എന്തേ അറിയാത്തത്?"

ദൈവം പറയുന്നതു കേട്ട് കുഞ്ഞൂട്ടി പെട്ടെന്ന് ആശാനെ ഓർത്തുപോയി. എപ്പോഴും തന്നെ ആശ്വസിപ്പിക്കുമ്പോൾ ഇതേ വാക്കുകൾ ആശാനും പറയാറുണ്ട്, അവൾ പറയുന്ന കുത്തുവാക്കുകളിൽ പുളയുന്ന എന്റെ മനസ്സ് എന്തേ ഇവർ തിരിച്ചറിയാത്തത്? ആശാനും ദൈവവും പറയുന്നത് എന്നോടുള്ള ഇഷ്ടക്കൂടുതൽ കൊണ്ടാണവളിങ്ങനെ പെരുമാറുന്നതെന്ന്.

"എന്റെ ദൈവേ ഇങ്ങനത്തെ പ്രാന്താണോ ഇഷ്ടകൂടുതൽ?"

"അതങ്ങിനെയാ കല്ലാടീ. അമിതസ്നേഹത്തിന്റെ സ്വാർത്ഥതയാണത്. അതെന്റെ കല്ലാടി തിരിച്ചറിയണം. പൈതങ്ങളോട് പൊരുത്തപ്പെടണം."

ദൈവം വീണ്ടും ഒരേ പല്ലവി ആവർത്തിക്കുന്നത് കേട്ടപ്പോൾ ഒരു ചോദ്യം ചോദിക്കണമെന്ന് തോന്നി.

"കല്ലാടി ചോദിക്കൂ...മനസ്സിലെന്താ കിടക്കുന്നത്?"

പള്ളിയറയ്ക്കും പിന്നീട് ദൈവത്തേയും നോക്കിക്കൊണ്ട് ഉറച്ച ശബ്ദത്തിൽ കുഞ്ഞൂട്ടി ചോദിച്ചു.

"ദൈവത്തിന് ചെമ്മരത്തീനോട് ദൈശൂണ്ടായ്ര്ന്നില്ലേ?"

ദൈവം പീഠത്തിൽനിന്നെഴുന്നേറ്റു. വലതുകാലുയർത്തി ചിലമ്പു കുലുക്കി. പിന്നീട് പള്ളിയറയ്ക്ക് മൂന്നുപ്രാവശ്യം പ്രദക്ഷിണം ചെയ്ത് കിഴക്കുനോക്കി പീഠത്തിൽ ഇരുന്നു.

"നിങ്ങൾ മാലോകർ കേൾപ്പതല്ലല്ലോ സത്യം ചെമ്മരത്തീനൊടെനിക്ക് കോപമുണ്ടെങ്കിൽ ആത്മാവോട് ആത്മാവ് ചേർന്നൊരാ അവസ്ഥയിൽ ദേവലോകത്തേക്ക് ഞാനവളെ എന്റെ കൂടെ കൊണ്ടുപോവുമായിരുന്നോ?"

പീഠത്തിനു മുകളിൽ കയറി ദൈവം പരിചമേൽ താരിയണച്ചു കുലുക്കിക്കൊണ്ട് ഒരു വട്ടം കറങ്ങിനിന്നു.

ചോദിച്ചത് അബദ്ധമായെന്ന് കുഞ്ഞൂട്ടി തിരിച്ചറിഞ്ഞു. ദൈവം വായ്ത്താരി തുടർന്നു. "അന്ന് ഞാൻ മാനുഷനായിരുന്ന കാലം അറിഞ്ഞീല ഞാനെൻ ചെമ്മരത്തിയെ. എന്നാൽ പരമാത്മാവിങ്കൽ മോക്ഷം പ്രാപിച്ച് ദൈവക്കരുവായതിന്റെ ശേഷം ആദ്യം ഞാനറിഞ്ഞതെന്റെ ചെമ്മരത്തീന്റെ മനമാണല്ലോ കല്ലാടീ...അതു കൊണ്ടല്ലയോ എൻ ചിത കത്തിയമരുന്നതിൻമുന്നെ ഞാനെൻ ചെമ്മരത്തിയെ ദൈവക്കരുവാക്കി ദേവലോകത്തേക്ക് കൈയെടുപ്പിച്ചത്."

ജീവിതത്തിന്റെയും മരണത്തിന്റെയും അതിർത്തിരേഖയിലൂടെ സഞ്ചരിക്കുന്ന കുഞ്ഞൂട്ടിക്ക് ഹൃദയത്തിലെ ഭാരം കുറയുന്നതായി അനുഭവപ്പെട്ടു. മനസ്സിന്റെ പിടയൽ കുറയുന്നത് തിരിച്ചറിഞ്ഞ നിമിഷം ശാന്തനായി കുഞ്ഞൂട്ടി ദൈവത്തിനു നേരെ കൈകൂപ്പി.

ദൈവം തുടർന്നു, "മാനുഷനായിരിക്കുന്ന കാലത്തറിയാത്തത് ദൈവക്കരുവായപ്പോഴല്ലേ ഞാനറിഞ്ഞത്. എന്നാലെന്റെ കല്ലാടി മാനുഷനും ദൈവവുമായിട്ടല്ലെ ഭൂലോകത്ത് വസിക്കുന്നത്. എന്നിട്ടെന്തേ പൈതങ്ങളുടെ മനസ്സറിയാത്തതെന്റെ കല്ലാടിക്ക്...?"

ദൈവത്തിന്റെ ചോദ്യങ്ങൾക്കുത്തരം തേടി കുഞ്ഞൂട്ടി മനസ്സിന്റെ നിലവറകളിലേക്ക് പടിയിറങ്ങി.

ദൈവം തുറന്നുകാട്ടിയ ഹൃദയകവാടത്തിൽ ദർശിച്ച സുമിത്രയുടെ സൗമ്യഭാവം ഉള്ളിൽ വിചിത്രാനുഭവമുണ്ടാക്കിയപ്പോൾ മനുഷ്യന്റെയുള്ളിലെ മനുഷ്യന് യാഥാർത്ഥ്യം തിരിച്ചറിയാനാവുന്നില്ലെന്ന സത്യം തിരിച്ചറിഞ്ഞ കുഞ്ഞൂട്ടി ദൈവത്തിന്റെ പാദത്തിൽ നമസ്ക്കരിച്ചു.

ദൈവം കുഞ്ഞൂട്ടിയെ പിടിച്ചെഴുന്നേല്പിച്ചു. കുഞ്ഞൂട്ടിയുടെ ഇരുകരങ്ങളും ചേർത്തുപിടിച്ച് പറഞ്ഞു, "എന്റെ കല്ലാടി പൈതങ്ങളുടെ ദുഃഖം അറിയണം. പൈതങ്ങളുടെ അമിതസ്നേഹത്തിന്റെ സ്വാർത്ഥത അറിയണം. മർത്യലോകത്തിൽ മാനുഷനായിരിക്കുമ്പോളറിയണം."

പള്ളിയറയ്ക്കു ചുറ്റും ദീപങ്ങൾ ജ്വലിച്ചുതുടങ്ങി.

ദൈവം വിശ്വരൂപം കണക്കെ ആകാശത്തോളമുയർന്നു.

കുഞ്ഞൂട്ടിയുടെ കണ്ണുനിറഞ്ഞൊഴുകി. കണ്ണീരിൽ കുളിച്ചിറങ്ങിയ കുഞ്ഞൂട്ടി വസന്തത്തിന്റ ആദ്യസ്പർശനമേറ്റു തളിർത്തു പുഷ്പിച്ച പൂവിനെ പോലെയുണർന്നെണീറ്റ് അടുത്ത ദിവസത്തെ പൂക്കട്ടി തിരുമുടി ശിരസ്സിലേറ്റാൻ അണിയറയിലേക്കു നീങ്ങുമ്പോൾ ആൾക്കൂട്ടത്തിനിടയിൽ മോന്റെ കയ്യും പിടിച്ച് നിൽക്കുന്ന സുമിത്രയെ പരതുകയായിരുന്നു കണ്ണുകൾ.

ㅇ

പിന്നുര

'ആരിവൻ പാരതിൽ
ഭാർഗ്ഗവനായ് പണ്ട്
ജാതനാം ശ്രീരാമനോ
രതികാന്തനോ
മാരാരിയോ
മധുസൂദനൻ തന്നെയോ
മായാ മനുഷ്യനായ് വന്ന
ഗന്ധർവനോ...'

വടക്കേ മലബാറിലെ ജനമനസ്സിൽ വീരപൗരുഷത്തോടെ ഇപ്പോഴും നിറഞ്ഞു നിൽക്കുന്ന കതിവനൂർ വീരൻ തെയ്യത്തിന്റെ ചൊല്ലുവിളിയിലെ വാക്കുകളാണ് മേലുദ്ധരിച്ചത്.

തെയ്യാട്ടത്തിൽ പീഠവഴക്കം കല്പിച്ചിട്ടില്ലാത്ത, എന്നാൽ, മുപ്പത്തെവരിലും കേമത്തമാർന്ന കതിവനൂർ വീരൻ തെയ്യത്തെക്കുറിച്ച് നിരവധിയായ ചിത്രീകരണങ്ങൾ സമീപകാലത്തായി ധാരാളമുണ്ടായിട്ടുണ്ട്.

മാങ്ങാട് ദേശത്തുനിന്ന് കുടകർ ദേശത്തെത്തി ഖ്യാതി നേടിയ ഈ മലയാള ചേകോനെക്കുറിച്ച് ഒരു നോവൽ വായനക്കാർക്ക് മുന്നിലെത്തുന്നത് ആദ്യമായാണ്. കതിവനൂർ വീരൻ എന്ന പേരിൽ പിൽക്കാലത്ത് പ്രസിദ്ധനായ മാങ്ങാട് മന്ദപ്പന്റെ പുരാവൃത്തം ആസ്പദമാക്കി 'കതിവനൂർ വീരൻ ദൈവവും കനലാടിയും' എന്ന നോവൽ രചിച്ചിരിക്കുന്നത് മുരളീ മോഹനൻ കെ.വി.യാണ്. മൂന്നര പതിറ്റാണ്ടിലധികമായി കതിവനൂർ വീരൻ തെയ്യത്തെ സൂക്ഷ്മമായി നിരീക്ഷിക്കുകയും പഠനവിധേയമാക്കുകയും ചെയ്തയാളാണ് നോവലിസ്റ്റായ മുരളീമോഹനൻ. അദ്ദേഹത്തിൽനിന്ന് ഇങ്ങനെയൊരു കൃതി വായനാസമൂഹത്തിന് ലഭിച്ചില്ലെങ്കിലേ അത്ഭുതമുള്ളൂ.!

ഏതൊരു വായനക്കാരനും അനായാസം ഗ്രഹിക്കാവുന്ന രീതിയിലാണ് നോവലിന്റെ രചന നിർവ്വഹിച്ചിരിക്കുന്നത്. നല്ല കൈയ്യൊതുക്കത്തോടെ, ഭാഷയുടെ ലാളിത്യവും പ്രയോഗമികവും കൊണ്ട് ഒറ്റയിരുപ്പിൽ വായിച്ചു തീർക്കാവുന്ന രീതിയിലുള്ള മുരളീ മോഹനന്റെ രചനാവൈഭവം പ്രശംസനീയമാണ്.

തെയ്യങ്ങളുമായി ബന്ധപ്പെട്ട നാട്ടുഭാഷാ പ്രയോഗങ്ങൾ ധാരാളമായി

നോവലിൽ കടന്നുവരുന്നുണ്ട്. ഇത്തരം പ്രയോഗങ്ങൾ പുതുതലമുറ വായനക്കാർക്ക് എളുപ്പം ഗ്രഹിക്കാൻ സാധിക്കില്ലെങ്കിലും അനുബന്ധ മായി ചേർത്തിരിക്കുന്നത് ഉചിതമായിരിക്കുന്നു.

ദൈവക്കരുവായി മാറിയ മാങ്ങാട്ട് മന്ദപ്പന്റെയും, കുഞ്ഞൂട്ടി പെരുവ ണ്ണാൻ എന്ന കനലാടിയുടെയും ജീവിതത്തിലൂടെ കടന്നുപോകുന്ന നോ വൽ 30 അധ്യായങ്ങളിലായാണ് രചിക്കപ്പെട്ടിരിക്കുന്നത്. ചില അധ്യായ ങ്ങളിലൂടെ കടന്നുപോകുമ്പോൾ സംഭവങ്ങളെല്ലാം കൺമുന്നിൽ തെളി ഞ്ഞുനിൽക്കും. മാങ്ങാട് ദേശവും പെരിഞ്ചെല്ലൂർ ഗ്രാമവും കുടകർ ദേ ശവുമെല്ലാം പ്രമേയമാകുന്ന നോവൽ മികച്ച ഒരു വായനാനുഭവം ത ന്നെയാണ് സമ്മാനിക്കുന്നത്.

'ദേവഗണങ്ങളുടെയും അസുരഗണങ്ങളുടെയും മനസ്സ് ഞാൻ കാണു ന്നത് പോലെ തന്നെയാണ്. എന്നാൽ എത്രകാലം എത്ര പുരുഷാന്തരം നടന്നാലും നിങ്ങൾ മനുഷങ്ങളുടെ മനസ്സറിയാൻ കഴിയില്ലെൻ കല്ലാ ടീ...' എന്ന പ്രയോഗം വലിയൊരു ചിന്ത വായനക്കാരനിലുണർത്തുന്നു ണ്ട്. ഇതുപോലെ തത്ത്വചിന്താപരമായ പരാമർശങ്ങൾ നോവലിൽ പ ലയിടങ്ങളിലായി കടന്നുവരുന്നത് കാണാം.

മാങ്ങാട് മന്ദപ്പൻ എന്ന പച്ചയായ മനുഷ്യന്റെ ജീവിതത്തിലൂടെ ഇത്രയും സൂക്ഷ്മമായി നടത്തിയ ഒരു രചന ഇതിന് മുൻപ് ഞാൻ മറ്റെ വിടെയും വായിച്ചിട്ടില്ല. മന്ദപ്പന്റെ കഥയോട് ഇഴ ചേർന്ന്കൊണ്ട് തന്നെ കനലാടിയുടെ സംഭവബഹുലമായ ജീവിതത്തെയും ശ്രീ മുരളീ മോഹ നൻ വരച്ചു കാണിക്കുന്നുണ്ട്. കളിയാട്ട മുറ്റത്ത് തിരുമുടി അഴിക്കുന്ന തോട് കൂടി മറക്കുന്ന ഒരു വിഭാഗമാണ് കനലാടിമാർ. അടുത്ത കളിയാട്ടം വരെയുള്ള സമയങ്ങളിൽ ആരും അവരെ കുറിച്ച് കാര്യമായി ചിന്തിക്കാ റുമില്ല. കനലാടിമാരുടെ വ്യക്തിജീവിതവും കുഞ്ഞൂട്ടിയെന്ന കനലാടിയി ലൂടെ കുറെയൊക്കെ നോവലിൽ ഭംഗിയായി അവതരിപ്പിച്ചിട്ടുണ്ട്.

തെയ്യം പുരാവൃത്തത്തെ പ്രമേയമാക്കി മുരളീ മോഹൻ രചിച്ച ഈ കൃതി മലയാള നോവൽ സാഹിത്യ ചരിത്രത്തിലെ ഒരു വലിയ അടയാ ളപ്പെടുത്തൽ തന്നെയാണ്. അവതാരികാകാരൻ എന്ന നിലയിൽ കൂടു തലൊന്നും ഇവിടെ രേഖപ്പെടുത്തുന്നില്ല. എല്ലാം വായനക്കാർക്ക് വിടു കയാണ്. അവരാണല്ലോ പുസ്തകത്തെ വിലയിരുത്തേണ്ടത്.

പുസ്തകരചന നിർവ്വഹിച്ചതിലൂടെ എഴുത്തുകാരൻ എന്ന നിലയിൽ ശ്രീ. മുരളീ മോഹനൻ കെ.വി. കൈരളിക്ക് സമ്മാനിച്ചിട്ടുള്ളത് അമൂല്യ ഗ്രന്ഥം തന്നെയാണ്.

മലയാളത്തിലെ ഒന്നാംനിര എഴുത്തുകാരുടെ പട്ടികയിലേക്ക് ഉയ രാൻ മുരളീമോഹനന് സാധിക്കട്ടെയെന്ന പ്രാർത്ഥന മാത്രം.

പാലകുളങ്ങര,

ഇ.പി. നാരായണ പെരുവണ്ണാൻ

www.ingramcontent.com/pod-product-compliance
Lightning Source LLC
LaVergne TN
LVHW090412051026
849518LV00006B/2329
* 9 7 8 9 3 4 9 7 2 7 8 0 9 *